சௌந்தர்ய...

லா.ச.ராமாமிர்தம்

கே.கே.நகர் மேற்கு, சென்னை - 600 078.
(பாண்டிச்சேரி கெஸ்ட் ஹவுஸ் அருகில்)
Ph : 044-6515 7525 Mobile: +91 87545 07070

செளந்தர்ய (நாவல்)
ஆசிரியர்: லா.ச.ராமாமிர்தம்

Soundharya (Novel)
Author: La.Sa.Ramamirtham

Discovery Book Palace First Edition: Apr - 2016
Pages: 80
ISBN: 978-93-84301-44-6
Cover Design: Manikandan
Book Design: R.Prakash

Discovery Book Palace (P) Ltd,
6, Mahaveer Complex,
Munusamy Salai, K.K.Nagar West,
Chennai-600 078.
Ph: +91 - 44-6515 7525
Mobile: +91 87545 07070

E-mail: discoverybookpalace@gmail.com,
Website: www.discoverybookpalace.com

Rs. 60

திவாகருக்கு...
விசுவாசத்துடன்

முன்னுரை

இது 'அபிதா' எனும் நாவலின் கதாநாயகி ஆகிய பெண்மணிக்கு நினைவு அஞ்சலி செலுத்துகிறேன். கருவூலங்கள் எப்படிப் பிறக்கின்றன என்பது இன்னும் புரியாத வெளிச்சம்தான்.

'சௌந்தர்ய' ஒரு ஏழை குருக்கள் குடும்பத்தைப் பற்றியது. இப்பொழுது விசாலாட்சியும் மறைந்து விட்டாள். அவளுடைய கணவன் வைத்தியநாத குருக்களும் காலமாகி விட்டார். அவர்களுக்கு சந்ததி கிடையாது. எப்படி வந்தார்களோ அப்படி போய் விட்டார்கள். அவர்கள் வாழ்ந்தவரை அந்த வாழ்க்கை எனக்குக் கவிதையாகவே படுகிறது.

பொதுவான வார்த்தை: அந்த நாளில் இந்த இரண்டு புத்தகங்களில் வாழ்ந்தவர்கள் வெகு நல்லவர்கள். அந்தக் காலமே அப்படி. காசு இல்லாத குறையை, ப்ரியம், மரியாதை, பிராம்மணர் விஸ்வாசம் இதுபோன்ற பிறவிப் பண்புகளால் இட்டு நிரப்பினார்கள். இனி, அந்த மனிதர்களும் வரமாட்டார்கள். அந்தக் காலமும் வராது. நான் அனுபவித்தேன். பாக்கியவானாவேன்.

'சௌந்தர்ய' என்ற தலைப்பின் அடிப்படையே இதுதான்.

அன்புடன்,

லா.ச. ராமாமிர்தம்

சௌந்தர்ய...

இன்று

அதிகாலை காபி போட்டு சாப்பிட்டு விட்டு.

முப்பத்தி ஐந்து வருடங்களாக நான்தான் காலை காபி போடுகிறேன். நான் போடாவிட்டாலும் எனக்குக் கிடைக்கும். ஆனால் என் மனைவியின் வேளையில்தான் கிடைக்கும். காபிவேளையில் கிடைக்காது. அதனதற்கு அதனதன் வேளை உண்டு. வேளை தட்டினால் ருசியே போச்சு. (வக்கணையைப் பாரு) இதைவிட சுருக்கப் போட்டுக் கொண்டிருந்தேன். ஆனால் இப்போது முடியவில்லை. வயதாகி விட்டதல்லவா?

சாய்வு நாற்காலியில் அமர்ந்து காபி சாப்பிட்டு விட்டு கடிகாரத்தைப் பார்த்துக் கொண்டிருந்தேன். "இன்றைய பொழுது எப்படி விடியப்போகிறது. இரவு பரவாயில்லை. நன்றாகவே தூங்கியிருக்கிறேன். இந்த சுக சிந்தனைக்கே, இதுவே காரணமாயிருக்கலாம். நேற்று ஜங்ஷனின் திரு. ச. கந்தசாமியின் பேட்டியை படித்த நினைவு வந்தது. அதிலிருந்த ஓரிரு வாக்கியங்கள் என்னைப் பற்றி எழுதியிருக்கிறார்."

"சங்க இலக்கியத்தின் எளிமை பாட புத்தகத்தின் எளிமை. இந்த எளிமை என்னுடைய எழுத்திலும் இருக்க வேண்டுமென விரும்பினேன். இதன் அடிப்படையிலேயே என்னுடைய நாவல்களும் சிறுகதைகளும் அமையலாயின. அண்ணா, கருணாநிதி, லா.ச.ராமாமிர்தம் போன்றவர்களைப் படித்ததனால் ஏற்பட்ட விளைவு இது. நம் இலக்கியவாதிகள் லா.ச.ராமாமிர்தத்தின் அலங்காரத்தை ஏற்றுக் கொள்கிறார்கள். திராவிடப் பாரம்பர்ய எழுத்தை ஒதுக்கித் தள்ளுகிறார்கள்."

இந்த ஒரு எழுத்தில் மட்டுமன்று. என்னுடைய அலங்காரத்தைப் பற்றி அவர் துரத்தித் துரத்தி அடித்திருக்கிறார். அவருடைய நோக்கம் நடைதெளிந்த நீரோடை மாதிரி இருக்கவேண்டும் என்பது என்றே நினைக்கிறேன்.

இது சிரமசாத்தியம் ஆனாலும் அவரைப் பொறுத்தவரை பல இடங்களில் அவர் நடையில் அவர் சாதித்திருக்கிறார். கந்தசாமியும் நானும் தீபம் காலத்திலிருந்தே பழக்கம். மனம் போனவாக்கில் ஐங்ஷனில் அவர் என்னைப் பற்றி எழுதி இருப்பது நினைவுக்கு வந்தது என்கிற வரையில் மட்டுமே இந்தக் கூற்று பொருந்தும். திரு.கந்தசாமி எழுத்துத் துறையில் என்னைக் காட்டிலும் மிக்க அனுபவசாலி. பத்திரிகை, கதைத்தொகுப்பு, தொலைக்காட்சித் தொடர், டாகுமெண்டரி – அவருடைய ஈடுபாடுகள் இப்படிப் போகின்றன.

நானோ ஒண்ணே ஒண்ணு கண்ணே கண்ணு என்று எழுத்துடன் சரி. கவிதை கூட முயற்சி செய்ததில்லை. என் எழுத்தைப்பற்றி வேண்டிய விமர்சனங்கள் வந்துவிட்டன. அதில் கவித்வம் இருக்கிறதாம். என் சொல்லாட்சியைப் பற்றித்தான் சொல்கிறார்கள். நான் சொல்லுகிற விஷயமும் குடும்பம் என்கிற வாட்டத்தைத் தாண்டவில்லை. இத்தனைக்கும் நான் புரியாத எழுத்தாளன் என்று பெயர் வாங்கிவிட்டேன்.

இதுவரை இது எல்லாம் காலை யோசனை!

●

பெருமூச்செறிந்து கட்டிலில் அமர்கிறேன். இப்போதெல்லாம் வீட்டுள் மட்டும் நடமாட்டம். மீண்டும் மீண்டும் யோசனைகள்தாம். என்னைப்பற்றியும் என்னைப் பாதித்தவை பற்றியும். நடமாட்டம் இருந்தபோது மட்டுமென்ன? ஆழ்ந்து யோசிக்கையில் இது சுயநலத்தைச் சார்ந்ததல்ல. என்னிடம் வேறு விஷயம் இல்லை. நான் என் கையில் அதனுள் என் உலகமே அடங்கிவிட்டது. சமுதாயத்திற்காக பாடுபடுபவர்கள் ஆகட்டும், அவர்களின் செயல்களும், செய்கைகளும் இதே உலகில் அடங்கியதுதான் அவரவர்க்கு அவரவர் உலகம்.

ஜனனம், மரணம் இடையில் ஒரு முழுமோ இல்லை சாணோ இல்லை எந்த அளவுள் அடங்கியதோ வாழ்க்கை. இவை மூன்றும் சேர்ந்ததுதானே உலகம். இப்போது தோன்றுகிறது. இதிலிருந்து எனக்கு விமோசனமே இல்லையா? விமோசனம் என்பதே என்ன?

இன்று வானம் மப்பிட்டிருக்கிறது. மேகங்கள் திரண்டு ஒன்றுடன் ஒன்று குமைந்து நேரம் இருள்கிறது. மழை வேண்டும். வானமே... பொய்க்காதே.

மனம் சஞ்சலிக்கிறது. அம்மா, அண்ணா, சிவா, அபிதா நீங்கள் எல்லாம் எங்கிருக்கிறீர்கள்? நீங்கள் எங்கும் போயிருக்க மாட்டீர்கள். இங்குதான் சுற்றிக்கொண்டிருக்கிறீர்கள். இல்லாவிடின் இத்தனை காலம் கழித்து இன்று வேளை பார்த்து இப்போது இது தோன்றுவானேன்? காலாந்த காலந்தமாய்த் திரும்பத்திரும்ப இதே எண்ணம், இதே ஜனனம், இதே மரணம், இதே வாழ்க்கை, இதுதானே நீங்கள்? இதுதானே நாம்? இதுதானே நான்?

எண்ணமும் சொல்லும் ஒன்றை ஒன்று துரத்தி விளையாடு கின்றன. நான் ஜப்பான் விசிறி மாதிரி விரிந்து-விசிறித் துளும்புகிறேன்.

நெருப்பு என்றால் வாய் வேகவேண்டும் என்று எப்பவோ எழுதி, அப்படித்தான் என்னையே இன்னும் விளிக்கிறார்கள். சமீப காலமாக நானும் என்னை சௌந்தர்ய உபாசகன் என்று சொல்லிக்கொள்கிறேன். சொல்லிக்கொள்ள ஆசைப் படுகிறேன். சொல்லிவிட்டேன். அனுபவமும் சொல்லும் அப்படி ஒன்றுபடவில்லை; ஒன்றுபடுவதற்குமில்லை. சொல் வேறு செயல் வேறுதான் என்று அறிகிறேன். சொல்லைப்பற்றிச் சிந்திக்கையில் செயலுக்குத் தனி பரிமாணம் கூடுகிறது. இப்போது முதலிலிருந்து சொல்கிறேன். உடலுக்கு மூலம் உயிர். உயிருக்கு மூலம் எண்ணம். எண்ணம் முற்றினால் சிந்தனை. சிந்தனைக்குக் கொடுப்பினை இருந்தால் தரிசனம். தரிசனம் காண்பது அழகு. What is Beauty? கீட்ஸ் கேட்கிறான். Beauty is Truth. What is Truth? பைலேட் கேட்கிறான். இந்தக் கேள்விக்கு ஜன்மேதி ஜன்மமாய் விடை தேடிக் கொண்டிருக்கிறோம்.

என் வீட்டிற்கு அரை கிலோமீட்டர் தாண்டி ஒரு இட்லிக்கடை இருக்கிறது. ஓட்டல் இல்லை. இட்லிக்கடை காபி கூட கிடையாது.

முதன் முதலாகக் கடைக்குப் போயிருந்தபோது கடைக் காரர் அடுத்திருந்த தன் வீட்டிலிருந்து இட்லியை சூடாக எடுத்து வந்து இலையில் பரிமாறினார். நாற்பது பைசா வீதத்திற்கு இட்லியின் அளவு சிறியதுதான். ஆனால் அந்த பூ மெத்து வீட்டு இட்லியில் இல்லை. சற்று நேரம் கழிந்தபின் அவர் சொன்னார், "நீங்க 'லா.ச.ரா'தானே?"

ஆமாம். உங்களுக்கு எப்படித் தெரியும்?

"பேப்பரில் ஃபோட்டோ பார்த்திருக்கிறேன். கலைமகளில் கதை படித்திருக்கிறேன்." இப்படி எங்கள் சகவாசம் ஆரம்பமாயிற்று. பேச்சுவாக்கில் சொன்னார், "இட்லி நாற்பது பைசா. தோசை

எழுபத்தி அஞ்சு பைசா.” இரண்டு இட்லி சாப்பிட்டபிறகு தோசை வார்த்துப் போடச் சொன்னேன். அவர் போன சுருக்கில் திரும்பிவந்து கண்ணைச் சிமிட்டியபடி “மாமிக்கு மூட் அவுட் ரெண்டு இட்லி வைக்கவா? மாவு என்னவோ ஒண்ணுதான்.”

சில நாட்கள் கழித்து படிப்படியாய் எங்கள் தொடர்பு மெதுவாய் நின்றுபோய் ஏனோ தெரியவில்லை ஐந்து வருடங்கள் ஆகிவிட்டன. போகப்போக எனக்கு ஒடுக்கம் தானே. அப்புறம் ஒருநாள். மராத்தி இட்லி (அவர்கள் மராட்டியர்கள் அதனால் மராட்டி இட்லி) கடைக்குச் சென்றேன். இப்போது இடம் பழைய மாதிரி அடக்கமாக இல்லை. அருகிலேயே வந்துவிட்டன. மசால்வடை கடாயில் வேகிறது. அவருடைய இரண்டு பெண்களும் பண்டங்களைத் தயாரிப்பதிலும் பரிமாறுவதிலும் மும்முரமாக இருக்கிறார்கள். மகன் ஒத்தாசையாக இருக்கிறான்.

என்னால் படியேறி அதற்கு மேல் மேடையிலிருந்த மேஜைக்குப் போக சக்தியில்லை. “நான் படியிலேயே உட்கார்ந்துக்கட்டுமா?” மாமியைக் கேட்டேன்.

“தாராளமா அப்படியே செய்யுங்கோளேன்.” இட்லி உபசரித்தாள். பையனைக் கேட்டேன். “ஏம்பா நீதானே மின்ட் தெருவுல ஒரு குடோன்ல வேலை செய்கிறாய்?”

“நல்லா ஞாபகம் வெச்சிருக்கீங்களே!”

“இப்போ அங்கே இல்லையா?”

“இருக்கிறேன். ஆனால் போகும் வரை இங்கே உதவுகிறேன்.”

“பெரியவர் எங்கே?”

“காலமாயிட்டாரு”

எனக்குள் மெல்லிய அதிர்ச்சி.

நான்கு நாட்கள் கழித்து மறுபடி போனேன்.

என்னைப் பார்த்ததும் மாமி ‘பெரியவரை கவனிச்சீங்களா’ என்று பரிவின் அவசரத்தில் விசாரித்தாள்.

நாலு இட்லியும் ஒரு மசால் வடையும் சாப்பிட்டேன். இப்போது இட்லி ஒரு ரூபாய்; மசால்வடை 1 ரூ. (அளவு கொஞ்சம் அநியாயம்தான்) பத்து ரூபாய் நோட்டை நீட்டினேன். மாமி மீதி சில்லறையை எடுத்து விரலைப் பிரித்து – பிடித்துக்கொண்டு உள்ளங்கையில் வைத்தாள்.

"பெரியவரே, இதோபாருங்க. இதோ மூணு ஒரு ரூபா காயின். இது ரெண்டு ரூபா. ஒரு ரூபான்னு நெனைச்சுக்கப் போறீங்க. சரியாப் போச்சா. ஜாக்ரதை, நான் வேணுமின்னா பாக்கட்லே போட்டுடட்டுமா? ஜாக்கிரதையாப் பாத்துப் போங்க."

இந்த வயதில் இதுமாதிரி ஒரு ஆதரவும் எனக்குத் தேவையாய்த்தான் இருக்கிறது. அன்பான சொல், ஸ்பரிசமே ஆன்மாவுக்கு உறுதுணைதான். இந்த சம்பவத்திலேயே அழகு இல்லை.

இந்தப் பேச்சு, அது தரும் தைர்யம், உறுதுணை இதற்கெல்லாம் அப்பாற்பட்டு ஒரு கம்யூனிகேஷனை உணர்கிறேன். அதன் சௌந்தர்யம் ஆசிர்வதிக்கிறது. உணர்வதற்கு நுட்பமான சொரணை வேண்டும். மோன தடத்தில் ரஸவாதம் நடக்கிறது. உடலுக்குள் தெம்பு பாய்கிறது.

மழைநீரில் அமிழ்ந்த வயல்.

ஒரு நிலை என்னை அழுத்துகிறது. அதை விவரிப்பதற்கு உரிய பாஷையை அதுவே அமைத்துக்கொள்கையில் சௌந்தர்யம் நேர்கிறது.

நம்மைச் சுற்றி சௌந்தர்யம் நேர்ந்துகொண்டேயிருக்கிறது. ஆனால் அதன் தரிசனம் பார்க்கிற கண்களுக்குத்தான்.

●

மௌனம். சௌந்தர்யத்தின் உச்சக்கட்டம். இந்த மோனத்தை அடைவதற்கு ரீம்ரீமாய் எழுதிக்கொண்டிருக்கிறோம். பேசிப் பேசி அளக்கிறோம். நான் சொல்கிறேன் 'எழுத்தின் சாக்கில் எழுத்தாளன்தான் நிறைய பேசுகிறான்' பேச்சாளனைக் காட்டிலும்.

இதற்கு விமோசனம் உண்டா? எது விமோசனம்? எதற்கு விமோசனம்? காதில் கேள்வி குறுகுறுக்கிறது.

●

இரண்டு வருடங்களுக்கு முன் ஆஸ்பத்திரியில் ஒருவாரம் இருந்தேன். விபரீதம் ஏதும் இல்லை. ஆனால் தொடர்ந்து சில பரிசோதனைகள் நடத்த வேண்டியிருந்தன. 'குண்டியில் அடித்தால் பல் போச்சு' என்று ஒரு கேலி வழக்கு. ஆனால் உடம்பு விஷயத்தில் அது பொய் இல்லை அல்லது பொய்க்காதபடி இப்போதைய வைத்தியர்கள் பார்த்துக் கொள்கிறார்கள். பல முறைகள் –

அக்குபஞ்சர், யுனானி, ப்ராணிக், யோகா, naturopathy and so on மார்கட்டில் (ஆமாம் எல்லாமே மார்க்கட்தான்!) புழங்குகின்றன. தனித்தனியாகவும், கலந்தகட்டியாகவும் அந்தக் கலப்படமே ஒரு சிஸ்டமாகவும் நடமாடுகிறது. வியாதிக்காரனுக்கும் ஒரு சிஸ்டம், உடம்பில் பிடிக்குமளவிற்குப் பொறுமை கிடையாது. 'விருந்தும் மருந்தும் மூணு வேளை' பழமொழியும் அவன் பங்கு பேசுகிறது. உடனே பலன் தெரியாவிட்டால் இன்னொரு டாக்டர். இன்னொரு வைத்தியத்துக்குத் தாவி விடுகிறான். எல்லாம் பயமும் பணமும் படுத்தும் பாடு.

என் சுபாவம் எப்பவுமே கவலைதான். டாக்டரில் எவன் தான் கடைசிவரை நிஜத்தை வெளியிடுகிறான். இல்லை அவனுக்கே நிஜநிலை எம்மட்டு தெரியும்? வியாதியஸ்தனின் உடம்பு அவனுக்குப் பரிசோதனைக் கூடம்.

ஒண்ணுமில்லே. Don't worry. ஒரு ECG ஒரு X-ray ஒரு barium meal எல்லாத்தையும் மிஞ்சினா surgery அவ்வளவு தானே. Unneccessaryயா டென்ஷன் ஆவாதீங்க!

சாயங்காலம் சேர்ந்தேன். மறுநாள் காலை பெரிய டாக்டர் தன் பரிவாரம் (குட்டி டாக்டர்கள், நர்ஸ்கள்) புடைசூழ தன் ரவுண்டில் வந்தார்.

"Hullo Young man. How do you? What is the matter with you? சொல்லுங்கோ?" என் கேஸ்-ஷீட்டைக் கண்ணோட்டம் விட்டுக்கொண்டே என்னை நேரே சரியாகப் பார்க்கவில்லை.

"உள்ளே கலகலத்துப் போயிருக்கேன் டாக்டர். உடம்பு உள்ளே கிலுகிலுப்பை மாதிரி ஆடுது. நடந்தால் balance இல்லை."

"ஏன் தடி வெச்சுக்கறது!"

"இதுவரை வெச்சுண்டதில்லை."

நிமிர்ந்து பார்த்தார்.

"என்ன இமேஜ் காப்பாத்தறீங்களா? இந்த வயஸுல இன்னும் அடிக்கணுமா?"

என்மேல் கேலிப் புன்னகைகள் விழுகின்றன.

"Sight அடிப்பதற்கு வயசு உண்டா என்ன?" – நான் யோசிக்கவில்லை. காத்திருந்தாற்போல் பதில் குதித்துவிட்டது.

'கொல்'லென்று சிரிப்பு அலை. ஓரிரு கைத்தட்டலும் கூட. சிரிப்பில் பெரிய டாக்டர் குலுங்கினார். அவர் முகம் சிவந்துவிட்டது.

“High court ஜட்ஜைக்கூட இந்தக் கேள்வியைக் கேட்டுட் டேன். தடுமாறுறாரு. ஏதோ கௌரவம் பாக்கறாங்க. உண்மையை ஒப்புக்க மாட்டேன்கறாரு. Sir, நீங்க தைரியமா சொல்றீங்க.”

“தைரியம் என்ன வேண்டியிருக்கு? எங்கள் வயசுல எங்கள் பார்வை வேறு.”

“Oh I know.”

தொடர்கிறேன். “இதப்பாருங்க. இங்க நர்ஸ், பேசினை ஏந்திக்கிட்டு நிக்கறாளே, அவள்தான் இங்கு மற்றவர்களைக் காட்டிலும் எனக்கு அழகாய்ப் படுகிறாள்.”

எல்லோர் பார்வையும் அவள்மேல் திரும்பியது. அப்போத் தான் அவளைப் புதியதாய் பார்ப்பதுபோல்.

அவள் கன்னங்களில் நாவல்பழச் சிவப்பு ஏறிற்று.

டாக்டர். “Sure, sure!”

எங்கள் பேச்சு அப்புறம் விஷயம் மாறிவிட்டது. எனக்குச் செய்ய வேண்டிய பரிசோதனைகளைப் பற்றி சிப்பந்திகளுக்கு எனக்குப் புரியாத பாஷையில், சரியாகக் கேட்காத அடங்கிய குரலில் சொல்லிவிட்டு, கோஷ்டி அடுத்த படுக்கைக்கு நகர்ந்தது.

கொஞ்ச நேரம் கழித்து, அந்த நர்ஸ் எனக்கு மாத்திரைகள் கொடுக்க வந்தாள். எந்த ஆஸ்பத்திரியிலும் நர்ஸ்கள் இடையிடையே வந்து போய்க்கொண்டு இருப்பார்கள். திடமாத்திரை வழங்க, ஜுரமானியை வாயில் செருக, ரத்த அழுத்தம் அளக்க, சில சமயங்களில் இடுப்பில் ஊசிபோட, அவர்கள் ருட்டீன் ஒன்று தனியாக நடந்து கொண்டிருக்கும்.

அவள் என்னைப் பார்த்துச் சிரித்தாள். உடனேயே அவள் விழிகள் நிறைந்தன. கண்ணீரை விரலால் சுண்டிவிட்டு உடனே போய்விட்டாள். நன்றியா? உள்ளே என்ன சோகமோ? கறுப்பாய் பிறந்தவிட்டால் இளக்காரமா? கறுப்பில் அழகில்லையா? அவள் முகத்தை என் தோளில் சாய்த்துக்கொள்ளும் வயதுதான். ஆனால் அது முடியுமா?

இதுவும் சௌந்தர்ய உபாசனைதான்.

●

எண்ணி, எண்ணத்திலிருந்து செயல் விளைந்து, அந்தக் கட்டத்தில் அது நின்றோ முடிந்தோ விட்டபின் அதனுடைய

தீர்க்கத்துக்கு ஏற்றவாறு மீண்டும் நினைவில் அதைப் பின்னோக்குகையில்தான் அதன் காவியம் தனியாகத் துளிர் விடுகிறது. அது தனி தடம். உலகமே கூட, ஸ்தூலம் அருவருப்பாய்க்கூட இருக்கிறது. உதாரணமாய் என் சகோதரி ஒருமாதம் படுக்கையில் கிடந்து இறந்துபோனபோது – உடலை எடுத்துச் செல்லும்வரை – பின்னரும் நடந்த ஈமச்சடங்குகளைச் செய்யவோ – நான்தான் செய்தேன் – அவைகளின் கொடுமையும் அருவருப்பும் தனிமுறையிலேயே சஹிக்கமுடியவில்லை. ஆனால் இந்த மகத்தான விபத்து நாள் கணக்கில் பிறகு வருடக்கணக்கில் ஊனா ஊனா என் தங்கை மரணத்தை எவ்வளவு தைர்யமாகத் தாங்கிக் கொண்டாள். நாக்கு இழுத்துவிட்டது. எல்லோரிடமும் தனித்தனியாக செலவு பெற்றுக் கொண்டாள். என்னைப் ப்ரத்யேகமாக அணைத்துக் கொண்டாள். அவள் கண்களில் கண்ணாடி பளபளப்பு ஏறும்வரை எப்படி என்மேலேயே கடைசிவரை நிலைத்திருந்தன! அவளுடைய வார்த்தைகள், செயல்கள், காரியங்கள், அவள் ஃபிடில் வாசித்தது. அவள் கல்யாணமாகாமலே உள்ளூரவே புழுங்கிப்போனாள். அதுவே அவள் மறைவுக்குக் காரணமாயிருந்தது. இப்படி நினைத்து, நினைத்து அப்படியும் அஸ்திப்பானையை நான் கடலில் தூக்கி எறிந்ததும் அலை கைபோல் வந்து ஏந்திக்கொண்டு சென்றது. அப்பவே–

அவள் ‘தரங்கிணி’யாக மாறினது.

ராமரத்னம் அவள் மறைந்தபோதிருந்த யவ்வனத்திலேயே உறைந்து போனாள். அவளுக்கு மறைவே கிடையாது. இப்படித்தான் சௌந்தர்யத்திற்கு உண்மையில் பதவியும் மாறுவதில்லை.

●

ஏற்கெனவே நான் சொல்லியபடி நான் உணர்ச்சி மேம் பட்ட எழுத்தாளன். என்னைப்பற்றி மாத்திரமல்ல. பொதுவாக விமர்சகர்களின் கருத்து. எழுத்தின் இலக்கணப்படி எந்தக் கட்சியும் சாகக்கூடாது. உள்ளதை உள்ளபடி எடுத்துக்காட்டுவதுடன், அதேசமயம் மனோதத்துவ ஆராய்ச்சிப்படி வாழ்க்கையே ஒரு நீண்ட உணர்ச்சி சரடு. அப்போது உணர்ச்சியிலிருந்து எப்படி எழுத்து முற்றிலும் விடுபட முடியும். ‘ஒருமடமாதும் ஒருவனுமாகி’ என்று ஆரம்பித்து–

பரிகாசம்போல் கடித்த பாம்பு

பலபேர் அறிய மெத்த வீங்கி–

பட்டினத்தார் எவ்வளவு அழகாக பிறவியே ஓர் உணர்ச்சிப் பிண்டம் என்று எள்ளி நகையாடுகிறார். எழுத்தை ஒரு தெளிந்த நீரோடையாக முயற்சிக்கலாம். அப்படியும் அதன் ஸ்படிகம் நம் உணர்ச்சியினைத் தூண்டவில்லையா?

●

இப்படி நினைத்து நினைத்துத் தனி மணம் கொண்டு யக்ஷதேவதையாய் மாறிவிட்டாள். அதாவது, யதார்த்தம், கவிதார்த்தமாகி, கவிதை நிரந்தர சௌந்தர்யத்தை அடைந்து விடுகிறது. சௌந்தர்யத்துக்கும் தத்துவார்த்தம் இருக்கிறது. இது கிட்டுவது சுயமுயற்சியால் மட்டுமன்று. ஒரு தற்செயல், ஒரு பாக்கியம், எனக்கு இப்பவே கொஞ்சம் கொஞ்சம் அந்த நிலை அனுமானிக்க முடிகிறது. நாம் அதுவாகி விடுகிறோம். எதைப் பார்த்தாலும் அழகாயிருக்கிறது. மனமே நீரோடை.

அம்பாளின் கால் சிலம்பொலி கேட்கவில்லை? உலகமே உபமானங்களும் உபமேயங்களுமாக மாறிவிடுகிறது. நிஜத்தின் ஸ்வரூபங்களில் இப்படியும் ஒன்றோ? கவிதையின் சொறிதல் என்னைச் சூழ்ந்து நிரந்தர கமகம்.

இது நடையலங்காரமாக இருக்கலாம். ஆனால் நடைக்காக அலங்காரமில்லை. என் தங்கை மறைவில் நேர்ந்த மார் வெடிப்பின் உக்ரத்துடன் அவளே கவிதையாய் மாறிய சோகம். இன்பசோகமாகக் கலந்து மாறிய கவலையின் விளைவு. அலங்காரமாகத் தோன்றுகிறது. இது ஸ்ருஷ்டியின் ஒரு இன்றியமையாதத்தன்மை. தாய் பிரசவ வலியில் உயிராபத்தில் வீறிடுகிறாள். குழந்தை பூமியில் விழுந்து அதன் முதல் வீறலை ஆரம்பித்ததுமே இவளுடைய அத்தனை வேதனைகளும் தீர்ந்துவிடுகிறது. குழவி முகம் பார்த்ததும் மார்பு சுரக்குகையில் அந்த முதல் தரிசனத்திற்கும் அதன் சௌந்தர்யத்துக்கும் எது ஈடாகும்? அதுவே சந்நிதானம்.

'In the degining there was God, the word and the holy spirit.'

நினைவு தோன்றிய முதல் இந்த வழக்கே சௌந்தர்யத்தின் விளம்பல்தானே? திரும்பத்திரும்ப அலுக்காதவரை திரும்பத் திரும்ப சௌந்தர்யத்தின் சாயைகளில் இதுவும் ஒன்றோ?

●

சௌந்தர்ய... முற்றுப் பெறாத தேடல். சௌந்தர்யா எனில் முழுமை.

ஆனால் உண்மை சௌந்தர்ய...

●

வயதின் நீண்ட நினைவுச்சரடில் பாத்திரங்கள் பவனி வருகின்றன. இதோ 'மாசு' தென்படுகிறார். அட எப்படி இப்போது இங்கே? மாசு என் ஹநுமன், நான் அவருக்குத் தகுதியான இராமனோ இல்லையோ.

ஹநுமனை இராமாயணத்தின் இரத்தினக்கண்டி என்று வால்மீகி சொல்கிறார். ஹநுமத் ப்ரபாவத்துக்கென்றே ஒரு காண்டம் ஒதுக்கப்பட்டிருக்கிறது – சுந்தர சௌந்தர்ய.

ஹநுனனுக்கும் ராமனுக்கும் இடை உறவு எனக்கு இன்னும் தீராத வியப்பு. அது நட்பா? காதலா? பக்தியா? ம்...ஹூம் தலையை உதறிக்கொள்கிறேன். நட்பு காதலினும் உயர்ந்தது. தன்னலமற்றது. தானிழைக்கும் உதவிக்கு பிரதியுதவி எதிர்பாராதது. மதிப்பிட முடியாதது. நட்பு நட்புக்கென்றே.

பக்தி என்பதே என்ன? பலமுறைகள் ஏற்கெனவே சொல்லியிருக்கிறேன். ஆனால் எனக்கு அலுக்கவே இல்லை. பக்தி அது கண்டுவிட்ட பொருளோ, இடமோ, ஆளோ, அதன்மேல் அளவற்ற விசுவாசம், அதைப்பற்றி இன்னும் அறிய ஆவல், ஏதோ புரியாத ஒரு சிறு பயம் இவை எல்லாம் எனக்கு மாசு மேல் இருந்தது. இருக்கிறது. மாசுதான் இப்போது இல்லை. மாசு என் ரத்தத்துடன் கலந்து விட்டார். என் கதைகளைப் படித்துவிட்டு அது காரணமாக முதன் முதலாக நாங்கள் சந்தித்தோம். எங்கள் உறவு அப்போது ஒட்டிக் கொண்டதுதான். அவர் இறந்தபோது அவர் பக்கத்தில் நான் இருக்கிறது. ஆனால் அவர் இறந்தபோது அவர் பக்கத்தில் நான் இல்லை. எனக்குத் தெரியாது. அவர் கடைசியாக அனுப்பிய கடிதம் என்னைச் சேரவில்லை. நான் சமையலறையில் வேலையாயிருக்கையில் கண்ணன் என் பின்னால் தோன்றி என் தோளைத் தொட்டு "மாசு" என்றான் – தயங்கி.

எனக்கு உடனேயே புரிந்துவிட்டது. ஏன்? எப்படி? அவர் வீட்டுக்குப் போனபோது பின்னால் எனக்குத் தெரிந்தது. வாயில் கேன்சராம். கேலப்பிங் கேன்ஸர். வெற்றிலையின்றி வெறும் புகையிலை போடுவார். ஆனால் இப்படி உடனேயே அமுத்தும்படி போட்டதாக எனக்குத் தெரியவில்லை. எப்படி இருந்தால் என்ன?

அவருக்கு வேளை வந்துவிட்டது. ஆனால் அவருக்கு அழிவில்லை. மாசு மூர்த்தி சிறியது. ஆனால் செயல் பெரியது. கீர்த்திக்கு ஆசைப்படவில்லை. அதில் அக்கறையே இல்லை.

பேச்சுவாக்கில் சொன்னார் “பதினாலு பேருக்கு இடையில் பிறந்தவன்.” ஆனால் அவர் தாய்க்கு எஞ்சியிருந்தவர் இவர் ஒருவர்தான். இப்போது அதுவுமில்லை. அவர் தாயை நான் பார்த்தேன். பேசவில்லை. இது துக்கம் விசாரிக்கிற துயரமா? இவளே ஒரு கோவர்த்தனகிரி. இதற்கே அவள் அஞ்சலிக்கு உரியவள். இத்தனை பாவம் பண்ண வேண்டுமா என்று சமுதாயம் சபிக்கிறது. அவள் அதற்கு மேல் மூன்று மாதம் தங்கவில்லை. சமுதாயத்தின் சுயநலத்திற்கு விவஸ்தையும் கிடையாது. இரக்கமும் கிடையாது. முடிவும் கிடையாது.

மாசு என் வாழ்க்கையில் நுழைந்திராவிட்டால் ‘ஜனவரி’ கதைத் தொகுப்பே ஏற்பட்டிருக்காது. அதன் தொடர்பாக மற்ற நூல்களும் வந்திருக்காது. மந்தையோடு மந்தையாய் அநாமதேயமாய் கலந்து போயிருப்பேன். என் எழுத்தை முன்னுக்குக் கொண்டுவந்தவர் அவர்தான். நான் சொல்வது சுயநலப்பார்வை. ஆனால் மாசு என்கிற ஸ்படிகத்திற்கு வேறு முகப்புகளும் (Titles) இருந்தன. வாசகப் பேரவை ஒன்று கூட்டினார். இது பெரிய முயற்சிதான். நான் எதையுமே எதிர்பார்க்கவில்லை. இத்தனைபேர் வந்திருக்கிறார்கள். இதில் மூன்று நான்கு பேராவது தேறட்டுமே.

செய்யவேண்டுமென்று தோன்றியது, செய்தேன். கீதாச் சாரமே இதுதானே. நான் மாசு வீட்டுக்குப் போயிருந்தேன். ஜார்ஜ் டவுனில் இருந்தார். ஒரே வீட்டில் பதினெட்டு குடித்தனங்கள் – இருட்டும் வெளிச்சமும் சின்னதும் பெரியதுமாய். அவர் சொல்லுவார், “ஆனால் ஒரு சண்டை பூசல் கிடையாது. விட்டுக் கொடுத்துக் கொள்வோம். நல்லதோ, பொல்லாதோ குடும்பத்துக்குக் குடும்பம் தோள் கொடுக்கும முகூர்த்தமானாலும் சரி, அபகாரியமானாலும் சரி, வெளியாரை அழைக்கவே வேண்டாம். இது ஒரு Community வாழ்க்கை.” சந்தோஷமாய்த்தானிருந்தது.

அவர் முயற்சியில், உழைப்பில் வெளிவந்த ஜனனி புத்தகம் மிக உயர்ந்த தயாரிப்பு. அந்தப் பேப்பரின் தரத்தில் தற்போது கொண்டுவர முடியாது. கண்ணில் விளக்கெண்ணெய் போட்டுக்கொண்டு Proof பார்ப்பார். ஆனால் அதன் வியாபாரத்தில் தோற்றுவிட்டோம். முறை தெரிந்து கொள்ளாததால் எங்கள் தலையைத் தடவிவிட்டார்கள். ஆனால் அது இப்போது collector's it ஆகிவிட்டது. ஒரு வீட்டில்

பார்த்தேன். குங்குமம், மஞ்சள் பூசி பூப்போட்டு சுவாமி பிறைக்கே ஏற்றி இருந்தது. அதைக் கடன் கேட்கவோ பிரட்டிப் பார்க்கவோ மனம் அஞ்சிற்று. இதை மாசுவின் சிகரமாகத்தான் நான் பார்க்கிறேன்.

ஓரிரவு. முற்றிய வேளையில் கதவுத்தட்டல் கேட்டுத் திறந்தால் மாசு.

என்ன மாசு?

"ஒண்ணுமில்லை. பார்க்க வேணுமென்றிருந்தது. பார்த்து விட்டேன்."

அப்படியே படியிறங்கி சரசரவென்று போய்விட்டார். நானும் அவரை நிறுத்தி எப்படி உள்ளே அழைப்பேன்? என் தங்கைக்கு அன்றைய தினம் கொள்ளியிட்டிருக்கிறேன். அம்மா ஒரு மூலையில் சுருண்டு கிடக்கிறாள். நான் யாருக்கும் சொல்லி அனுப்பவில்லை. ஆனால் மாசுவுக்கு எப்படித் தெரிந்திருக்க முடியும்? மாசு தெரிந்து வரவில்லை. சதையாட்டம். டெலிபதி. அவருக்குக் காரணம் தெரியாது. "என்னமோ தோன்றிற்று. பார்க்க வந்தேன்." அந்த சூட்சும உணர்வு, பரிவு அவருக்குள் பேசியிருக்கிறது.

அப்போது திருவல்லிக்கேணியில் குடித்தனம் இருந்தோம். முற்றிய இரவில் மாசு டவுனிலிருந்து வருவார். இருவரும் கிளம்பிப் பேசிக்கொண்டே பீச் ரோடிற்கு போவோம். அப்படியே அதுவழி வார் மெமோரியலுக்கு நடந்து, இரும்புப்பாலம் தாண்டி– முழுநிலா தேய்வது என்பது கிராமத்தை விட்டு அத்தனை நாள் கழித்து அன்றுதான் கண்டேன். லேசான இருள் கலந்த வெண்மையின் வெளிச்சம். நிலவு சூரியனிடமிருந்து கடன் வாங்கிய வெளிச்சம். எப்படியிருந்தால் என்ன? வானத்தின் முழு நீளத்தை வெற்றியுடன் சவாரி செய்கிறான். அவன் குளுமையில் எங்கள் இதயம், பேச்சு மலர்ந்தன. ஆமாம், என்ன பேசினோம்? உலகில் எங்களுக்குத் தோன்றியவை எல்லாவற்றைப் பற்றியும்தான் பேசினோம். சினிமா, சங்கீதம், திவ்யப்ரபந்தம், காந்தி, நேரு, செய்கல், துனியா ரங்க ரங்கே, விசிஷ்டாத்வைதம், தேவதாஸ்– இப்படி ஏதேதோ அந்த நள்ளிரவில், அந்த மர்ம இருளில் ஏதேதோ பலகணிகள் திறக்கும். சில ஆச்சர்யமாயிருக்கும். சில பயம்மாயிருக்கும். அப்படியே திரும்பி பாலம் ஏறி கோட்டை ஸ்டேஷன்– மேலும் நட– நடப்பதாகத் தெரிந்தால்தானே வேறு உலகில் தானே இருக்கிறோம். கோவிந்தப்ப நாயக்கன் தெருவில் மார்வாரிப் பெண்கள் இரவின் விடுதலையில் பாவாடை சூழல், கொலுசு கிலுகிலுக்க கோலாட்டம் ஆடுகிறார்கள். பிருந்தாவனத்துள் நுழைந்துவிட்டோம். பிறகு

மனமில்லாமல் பிரிந்து மார்வாடி கடைக்குள் நுழைந்து பூரி, பாஜி, பிரும்மாண்ட வாணலியில் சிவக்க சிவக்க சேறாய் இறுகிக் கொண்டிருக்கும பால் அதன்மேல் ஏடு (மலாய் மலாய்). மறுபடியும் வந்த வழியே மீண்டு வார்மெமோரியல், கடற்கரைச் சாலை, திருவல்லிக்கேணி என் வீட்டருகே ஒரு ஆயக்கால் போட்டு–மனமில்லாமல் பிரிந்து–

மறுநாள் வேலைக்குப் போகவேண்டும். அக்கிரமம்–ஆனால் அற்புதம். மாசு.

●

சௌந்தர்ய காண்டம்

யோசிக்கையில் சௌந்தர்ய உபாசனை என்று தனிப் படிப்போ, விதிகளோ, சிகிச்சையோ இல்லை. அப்போது அவனவன் தன்மைக்கு ஏற்ப (தோன்றியது தோன்றியபடி) எதிர்பாராத சமயத்தில் உடலுக்கும் மனதிற்கும் தேன் இனிக்குதடா. இது காதலாய் இருக்க வேண்டுமா. திடீரென்று விழித்திரையிலிருந்து ஒரு தோல் உரிகிறது. எங்கு பார்த்தாலும் ஒரு துலக்கம் 'பளிச்'. அதன் அடுத்த கட்டத்திற்குப் போகும்வரை இந்தப் புது விழிப்பு இருக்கும். இன்னொன்று ஒப்புக்கொள்ள வேண்டும். சௌந்தர்யத்தின் ஆழ்மன ஆராய்ச்சிக்கு, வயதிற்குப் பெரும் பங்கு உண்டு. தனி உற்சாகம் அடுத்தடுத்து என்ன என்ற அவா, என்னை நான் வெளியிட்டுக்கொள்ள எனக்கு நேர்ந்த புது விடிவைப் புகழச் சொற்கள் கிடைப்பதற்கு உடல்பலமும், ஒத்தாசை செய்யும். ஆனால் இது அத்தனையும் இருந்து என்ன பயன்? என்று ஒரு விரக்தியும் சேரும். இதுவும் இன்றியமையாததே. எங்கேனும் எதிலேனும் அழகை வெளிப்பார்வையிலோ, உள்ளுணர்விலோ அதிலேயே எப்போதும் திளைத்துக் கொண்டிருப்பது என்பது சாத்தியமில்லை. நான் சிட்டுக்குருவி ஆகிவிட்டேன். வானமே என் ஆட்சி 'வானத்தில் குயில் பாடக் கண்டேன். குயிலும் மயிலாச்சுதடி.' இதைத்தான் பாரதி குறிக்கிறானோ?

அபூர்வமான சமயங்களில் விஸ்வப்ரமையை அனுபவித்துப் பின் விடுதலையான மனத்தைத் தனி விசுவாசத்துள் எப்படி அடைப்பது? என்னவோ பிதற்றுகிறேன். ஆனால் மனம் துள்ளுகிறது. ஒரு அதிசய மோனம் உள்ளே ரீங்கரிக்கிறது.

●

என் பிள்ளைப்பருவம் கிராமத்தில் கழிந்தது. அப்பா ஐந்தாம் வகுப்பு வாத்தியார். அந்தப் பள்ளியின் தலைமையாசிரியரும் கூட. கிராமத்து போஸ்ட் மாஸ்டரும் அவரே. எனக்குத் தனி வாத்தியார். அந்த நொந்த உடம்பில் எத்தனை மூர்த்தங்கள் ஏற்றார். கிராமத்தில் மொத்தம் 500 வீடுகள் இருக்கலாம். அதில் நாலு குருக்கள் வீடு. அதுவே அந்த ஊருக்கு அக்ரஹாரம். கிராமத்தின் முக்கியத்தொழில் நெசவு. குயவர் தெருவில் மொத்தம் ஒன்பது வீடுகள்தாம். கோடி வீடு எங்களது. பெரிய வாசல் குறடு. உள்ளே பெரிய முற்றம். ஒரே ஒரு அறை. அறையின் பக்கத்தில் இரு சுவர்கள் தடுக்கப்பட்டு சமையலறை. மிச்சமெல்லாம் கூடம். இரவில் ஓடுவழி முற்றத்தில் கள்ளன் இறங்கினால் – கடவுள் எங்களை ரட்சிக்கட்டும். மாதம் இரண்டு ரூபாய் வாடகையில் அங்கு கழித்தோம்.

கோடைமழையில் முற்றம் மிதக்கும். மழைக்கால, ஓயாத தூறலில் சிணுங்கும். நள்ளிரவில் இடி ஓட்டின் மேல் நொறுங்குகையில் அம்மா எங்களை அணைத்துக்கொண்டு ‘அர்ச்சுனபற்குணக்ரீடி’ சொல்லிக் கொண்டிருப்பாள். அப்பாக்கு மட்டும் எப்படி இந்த ஆழ்ந்த தூக்கம், ஜகன் மாதா இப்படித்தான் நம்மை அணைத்துக் கொள்கிறாளோ? அதே சமயத்தில் இடம் காலம் எல்லாவற்றிலும் ஏதோ ஒரு fairy land, இருப்பதுபோலத் தோன்றும். இது முழு நிஜமும் அல்ல. ஆனால் பொய்யுமல்ல. மக்கள் நேர்மையானவர்கள். படிப்பு இல்லை. ஆனால் வாழ்க்கை ஞானம் அவர்களின் ஊடே பிறந்து இருந்தது. கள்ளங்கபடமற்றவர்கள். ஆனால் அவர்களை ஏமாற்றிவிட முடியாது. விசுவாசமிக்கவர்கள். பையன்கள் பள்ளிக்கு வந்தார்கள். ஆனால் படுமக்குகள். அவர்களுக்குப் படிப்பு வரவில்லை. படிப்பை தேவையாக நினைக்கவுமில்லை. பானை செய்தல் பரம்பரைத்தொழில். ஆனால் அதைவிட முக்கியம் அவர்களுக்கு விவசாயம்.

பொங்கல் சீசனின்போது அவர்களுக்கு பானை செய்ய நேரம் பத்தாது. இரவு இரண்டு மூன்று மணிவரை லொட்டு லொட்டு. எங்களுக்குத் தூக்கம் போய்விட்டாலும் மூடிய விழிகளின் அடியே அச்சத்தம் மெத்துமெத்தென ஓர் இசைபாடும். அந்தந்தத் தொழிலில் அதனதன் கஷ்டமும், சோதனைகளில் தத்துவமும் அடங்கியிருக்கிறது. களிமண்ணை எங்கிருந்து கொண்டு வருவார்களோ, எதையும் காசு கொடுத்து வாங்கிவிட மாட்டார்கள். காசு அவர்களிடம் இலல்லை. காசு அவர்கள் கொள்கையும் இல்லை. தண்ணீர்விட்டு சேறைச் சக்கரத்துக்குப் பதமாகும்வரை மிதிப்பார்கள். வெகு ஜாக்கிரதையாகப் பொடிக் கற்களைத் தேடி எடுதது விலக்குவார்கள். சேறு உரிய பதத்தில் இறுகியபின்

சக்கரத்தின் நடுவில் ஏற்றி சக்கரத்தைச் சுற்றுவார்கள் சக்கரம் சுற்றிக் குயவன் கைகளிடையே பானை அதன் மூல உருவில் எழுவதைப் பார்ப்பதே எனக்கு அலுக்காத ஆச்சர்யம். அதை அறுத்துத் தரையில் வைக்கும்போது அடிப்பாகம் திறந்துதான் இருக்கும். அப்புறம் லொட்டு லொட்டு.

நாலுவித லொட்டுக்கள் அப்படி லொட்ட நாலுவிதக் கட்டைகள். மண்ணை இழுத்துத் தட்டி இழுத்துத் தட்டி அடிப்பாகத்தை மூடுவார்கள். அதிகப்படி மண்ணைக் கிள்ளி எறிவார்கள். படிப்படியான தட்டலில் பானையின் ஈரம் படிப்படியாகக் குறைந்து காய்ந்து நாம் கடைசியாகப் பார்க்கும் அதன் உருவத்தை அடையும் வரை லொட்டு லொட்டு தட்டு தட்டு நாசூக்கு... நாசூக்கு... அந்த ஓசையில் ஒரு சுகபாவம் சுகானுபவம். இந்த நுட்பங்களை எத்தனை தடவை விஸ்தரித்தாலும் படிப்பில் பாய்ச்சமுடியாது. கேள். அனுபவி. ஆச்சர்யப்படு.

பிறகு சூளை. அழகாகப் பானைகளை அடுக்கி மேலே வைக்கோலைப் போர்த்தி வைக்கோல் மேல் சேறு பூசி பற்றவைத்து, புகைமண்டலம் சூளையை மட்டுமில்லாது எங்கள் வீடுவரை சூழும். இரவு பூரா பானை வேகும்.

பரிகாசம் போலவே கடித்த பாம்பு

பலபேர் அறிய மெத்த வீங்கி

ஈரைந்து மாதமாக சுமந்த சூளை.

காலையில் எழுந்து குயவர் சூளையைப் பார்க்க வருவார். சூளையினுள்ளே கணகணப்பு. சிவனின் நெற்றிக் கண்ணின் சிவசிவப்பும் தெரியும். லேசாக ஒரு குச்சியால் பிரட்டினால் உடைந்த பானை விள்ளல்கள் உதிரும். எத்தனை உடைந்த பானைகள். மண் தன் நிறம்கூட மாறாமல் 'அரைவேக்காடுகள்' எத்தனை விரிவல்கள். ஜன்மாவின் அருமையை இந்தச் சூழலில் இருந்தே தெரிந்து கொள்கிறேன். அரிது மானிடராய் பிறத்தல் அரிது. அத்தனை பாடுபட்டும் இந்தச் சூளை கொடுத்த முழுப்பானைகள் எவ்வளவு தேறுகின்றனவோ? அதுதான் கணக்கு. ஆனால் அவர்களுக்கு அதனால் கசப்பு இல்லை. அதுதான் ஆத்மாவின் அழகு. பொங்கல் வந்ததும் வீட்டிற்கு பெரியவர் வையாபுரி உடையார் அடித் தொப்புளிலிருந்து கத்துவார். தொப்புள் உள்வாங்குவது தெரியும். அடேய் ஐயறு வீட்டுக்குப் புதுப்பானை, பச்சரிசியும், பருப்பும், காய்கறியும் அனுப்பிச்சீங்களாடா? அந்த மகாலட்சுமி நம்ப தெருவுக்கு வந்த ஆசிர்வாதத்தால்தான்

லா.ச.ராமாமிர்தம் | 21

நாம் நல்லாயிருக்கறோம். அம்மாகிட்டே சொல்லு. இந்த பருப்பு வாங்கினதில்லை. வயல்லே போட்டது."

ஆனால் நாங்கள் இந்தப் பாணையை உபயோகிக்க மாட்டோம். பழக்கமில்லை. பரம்பரை வெங்கலப்பானைதான். அரிசியும் உபயோகிக்க முடியாதவாறு புதுசு. 'மொழுக்' 'மொழுக்' என மொத்தையாகிவிடும். அவர்கள் நடுமுற்றத்தில் அடுப்பு மூட்டி பொங்கலிட்டு (அப்படி என்றால் என்ன?) வேக வைத்துப் புதுப்பச்சரிசியில் தண்ணிப்பாலை ஊற்றி பெரிய மடக்கில் சாதத்தை வட்டித்து, சூரியனுக்குக் காட்டி பொங்கலோ பொங்கல் பொங்கலோ பொங்கல் என்று பலமுறை கூவுவார்கள். அம்மா அவள் சமைத்த சர்க்கரைப் பொங்கலை ஒரு பாத்திரத்தில் போட்டு அவர்களுக்கு அனுப்புவாள்.

இவ்வளவு விவரமாக என்னைச் சொல்லத் தூண்டியது யாதெனில் என்னுடைய பிள்ளைப்பருவம் ஒரு fairy land. இதில் முழு நிஜமுமில்லை. முழுப் பொய்யுமில்லை. இதில் கவிதை ஊடுருவுகிறது. நான் கொடுத்து வைத்தவன். என் பின் சந்ததிகளுக்குக் கிடைக்காது. உங்களுக்கும் கிடைக்காது.

மின்சாரமும் ரேடியோவும் புகுந்த பின்னர் உண்மையான கிராமம் போய்விட்டது. இன்றைய பண்ணையார்களுக்கும் நான் வாழ்ந்த fairy land இல்லை.

●

பத்து வருடங்கள் கழித்து நாங்கள் இருந்த இடத்தை யாரோ வாங்கிவிட்டதனால் நாங்கள் குடிபெயரும்படி ஆகி விட்டது. எங்கள் மறுவாசம் நெசவாளர்கள் இடையே தொடங்குகிறது. இது குயவர்கள் வாழ்க்கைபோல் அவ்வளவு எளிமை இல்லையேயொழிய சிக்கலுக்குக் குறைச்சலே இல்லை. இன்னும் கூடுதலே. நூல் நிலையிலிருந்து தறி ஏறும் வரை அந்த நூல் பல பதங்களில் புகுந்து புறப்பட வேண்டி யிருக்கிறது. அதுவரை அண்டைவீட்டார். எதிர்வீட்டார், தெருவோர் என்று யாவரும் அவசியமாய் பங்குகொள்ளும் கூட்டுத்தொழில், தறி ஏறின பிறகு நெசவாளி தறிக்குழியில் இறங்கினதும் குடும்பத் தொழிலாக மாறிவிடுகிறது.

நானிருந்த இடத்தில் வேட்டி நெய்யவில்லை. கைலிதான். கட்டானுக்குக் கட்டான் கண்ணாலேயே அளந்து நெய்ப் பாரும் உண்டு. அனுபவம் இல்லாதவர் குச்சியைவைத்து

அளப்பார்கள். பேச்சில் கவனம் போச்சு என்றால் குறுக்கே ஏதேனும் நூல் அறுந்தால் – கரணம் தப்பினால் மரணம். அதனால் இந்தத் தொழிலில் மௌனம் அவசியம். அந்த அவசியமே அதன் அலங்காரம்.

இப்படித்தான் குறுக்கே நாடா பாய்ச்சிக்கொண்டு ஒவ்வொரு வீச்சுக்குமிடையே ஒவ்வொரு குறளாய் நெய்து ஐந்தாம் வேதம் உருவாகியிருக்கும். என் சௌந்தர்ய உபாசனை இப்படித்தான்.

●

தவங்கிடந்து தேடிச்செல்லும் தரிசனத்தைவிட தற்செயலில் தன்னைக் காட்டிக்கொள்ளும் பிரத்யட்சம்தான் மகத்தானது. நம்மிடம் அது ஏமாந்துபோய் அதன் சுயரூபம் தோலுரிந்து போய்விட்டதால் நாமே ஆச்சர்யப்படுமாறு அந்தத் தாக்கம் நம்மைக் காலை வாரிவிடும். இது நம்முடைய குறையே ஒழிய அழகுக்குப் பழுதே கிடையாது. அதன் நிரந்தரத்தை நாம் உணராததை அம்பலப்படுத்துகிறது. அந்த சமயம் ஆண்பெண் உறவில்தான் முடங்கிக் கிடக்கவேண்டும் என்று இல்லை. இதற்கு சென்று போன பக்கங்களில் நீங்கள் படித்த 'மாசு' விற்கும் எனக்கும் இடை உறவு ஒரு சிறந்த எடுத்துக்காட்டு. Domon and Pythias, கர்ணன்–துரியோதனன், அர்ச்சுனன்–கிருஷ்ணன் காவியங்கள் இப்போதும் நம் கண் எதிரிலேயே நமக்கு நிகழ்ந்து கொண்டிருக்கின்றன. காணக் கண் இருந்தால், நுகர நுட்பமான உணர்வு இருந்தால் ஸ்தோத்திரப்பிரயாயனமஹா–லலிதா ஸஹஸ்ர நாமத்தில் இப்படி நாமம் வருகிறது. அதாவது தெய்வம் நமக்கு எப்படித் தேவையோ அப்படி பக்தனும் தெய்வத்துக்குத் தேவைப் படுகிறான். இதுதான் இந்த நாமத்தின் சூட்சுமம்.

பயனற்ற ஈடுபாடுகளில் வயது தேய்ந்து கொண்டிருக்கையில் ஆழ்மனத்தின் அழகு மட்டும் அதன் தன்மையான மெருகை ஆங்காங்கே அவ்வப்போது தன்னை வெளிப்படுத்திக் கொண் டிருக்கையில் சென்றுபோன நாட்களுக்கு ஏங்குவதற்கு நேர மில்லை. கிடைத்ததை கண்ட மட்டும் உன் சக்திக்கு முடிந்த வரை பற்றிக்கொள். மனம் எண்ணங்களை உற்பத்தி செய்து கொண்டேயிருக்கும் ஓயாத இயந்திரம். அந்த விசித்திரமே அதன் அடுத்த கட்டமான–உருவெடுப்பது அதற்குரிய பாஷை. அந்த பாஷை ஓசைப்பட செய்த முயற்சியில் தோன்றியது சொல். சொல் செயலாகும் முயற்சி, முயற்சியின் நேர்த்தி அவைகளின் வேறுபாடுகள்.

வேறுபாடுகளின் பாகுபாடுகள், பதங்கள், பதங்களின் வெற்றி தோல்வி இத்தனைக்கும் ஊடுருவும் மோனத்தின் த்வனி, இந்த ஒட்டு மொத்தமான Process அதன் தனி எடையே ஓர் ஆச்சர்யம்தான்.

ஆச்சர்யப்பட்டுக்கொண்டேயிரு. ஆச்சர்யமே அழகுக்கு அற்புத அர்ச்சனை.

என்னிடம் எழுத்தின் ஆக்கநாட்களில் ஏதேதோ வார்த்தைக் கோர்வையில் நான் எழுதாத நேரங்களில்கூட – ஸ்நானம் செய்கையில்–காலைக்கடன்களில்–சாப்பிடுகையில், ஆபீசுக்கு பஸ்ஸில் போகையில் இன்னும் சம்பந்தா சம்பந்தமற்ற நேரங்களில் உற்பத்தி ஆகிக் கொண்டேயிருக்கும். தம்மைத்தாமே திருப்பித் திருப்பிச் சொல்லிக்கொண்டிருக்கும். பல சமயங்களில் என்னை மறந்து வாய்திறந்தே உளறிக் கொட்டியிருக்கிறேன். வீட்டார் ஆச்சர்யத்தில் திரும்பிப் பார்ப்பார்கள். "என்னடா சொல்றே? நம் வீட்டில் தமக்குத்தாமே பேசிக்கொள்ளும் சுபாவம் உண்டுதான். ஆனால் இது என்ன தத்துப்பித்து." பதில்சொல்ல இயலாமல் விழிப்பேன். பீஷ்மன் தொடுத்த சரமழையில் வானமே இருண்டதாம். அதுபோல் இந்த சொல் ஈசல் கூட்டத்தில் திக்குமுக்காடிப் போயிருக்கிறேன். பிறகு நான் முதிரமுதிர அவை தம் இடத்தினைக் கண்டு கொண்டு அங்கு பதிந்துவிட்டன என்றுதான் கொள்ளவேண்டும்.

என் பேரக்குட்டி இன்னும் ஐந்து நிரம்பவில்லை. திடீர் திடீர் என சுவர்மேல் கோபித்துக் கொள்கிறான். "டேய் என்னடா நெனைச்சுண்டிருக்கே நிறுத்து. டீச்சர்கிட்டே சொல்லிவிடுவேன். கீதா டீச்சர்கிட்டே சொல்லிவிடுவேன் ஆமாம்." அவன் புருவங்கள் நெரிகின்றன. உதடுகள் மொக்கு கட்டுகின்றன. அழகாயிருக்கிறான். நான் சந்தோஷத்தில் ஆழ்கிறேன். அவன் வரையில் அவன் கோபம் நிஜம்.

"நீங்கள் எல்லோரும் என் குழந்தைகள், உங்கள் உளறல்கள் எனக்கு மழலைகள். நான் சந்தோஷப்பட்டால் எப்படி இருப்பேன்?"

அவள் புன்முறுவலை நம் மழலையில் பார்க்க முடிய வில்லையா?

உவமானங்களும், உபமேயங்களும், உருவகங்களும், உருவங் களுமாய் நாம் பாஷையில் வாழ்ந்துகொண்டிருக்கிறோம். பாஷை நம்மிடம் வாழ்ந்துகொண்டிருக்கிறது. இந்த அம்சமே இல்லாது எந்த நாட்டிலுமே எந்த பாஷையுமே ஏது?

உதாரணங்களாக

"உனக்கென்னடா ராஜாமாதிரி இருக்கே?"

"இது வயறா? வண்ணான் தாழியா?"

வயிற்றைக் கட்டிக்கொண்டு அழுதால் படிப்பு எப்படி சோபிக்கும்?

"வண்டையம் மாதிரி விழிகள்"

எங்க ஜாதியிலே உன்னை மாதிரி ஒருத்தன் இருந்தா கோயிலே கட்டிடுவோம்.

"அவனிடம் மகமாயி குளிர்ந்து போயிட்டா."

"அவள் மங்கலம் எய்தினாள்."

"சாமி விளக்கை மலையேத்து."

ஒருசமயம் நான் வழக்கமாய் வாங்கும் மளிகைக் கடைக்காரரிடம் மிளகின் விலையை ஆட்சேபிக்க முயல்கையில் அவர் சொல்கிறார்: மிளகின் மேல் மார்க்கட்டு பிரியமாயிட்டுதுங்க.

இப்படிச் சொல்லிக்கொண்டே போகலாம். அப்புறம் பேச்சில், சமையலில், சங்கீதத்தில், பழக்கவழக்கங்களில் அந்த ஊர்பாணி, இந்த ஊர்பாணி என்கிறோம்; இந்த மாதிரி சொல்லிக்கொண்டே போகலாம். என்னைப் பொறுத்தவரை இந்த விசேஷமின்றி என்னால் இருக்கமுடியாது. "பத்து மாசம் சுமந்த வயிறாச்சே கொதிக்காமல் எப்படி இருக்கும். இதையெல்லாம் பானையின் அலங்காரம் என்று சொல்வதா? தொப்புளிலிருந்து வந்த வீரலாகவே இருக்காதா? உள்ளது உள்ளபடி நீரோடை பாஷை என்பதை எல்லாம் மீறி ஆதிமூலம் தன் சொரூபத்தைக் காட்டவில்லையா? ஆகையால் சகஜத்திற்கு ஒரு தடம் உயர்ந்து பாஷையின் உக்ரஹம் உலாவுகிறது."

பாணி என்கிறோமே அது எந்தத் துறையில் இருந்தாலும் அதன் உச்சரிப்பில் அடைந்துவிட்ட நாஸுக்கு–நேர்த்தி–முசிறி சுப்ரமணிஐயர் பாணி, மதுரை மணி பாணி, மகாராஜபுரம் பாணி, செம்மங்குடி பாணி, செம்பை பாணி, அரியக்குடி பாணி, மதுரை சோமு பாணி–இப்படி அந்தந்த பாடகர்களின் தனிச்சிறப்பு அவர்கள் ஊரைச் சொன்னாலே பேரை அடையாளம் காட்டும் அளவிற்கு வழக்கில் வந்துவிட்டன.

சில பிரசித்தங்களை அவர்கள் பெயர்களின் முதல் மூன்று எழுத்துக்களைச் சொன்னால் போதும், டி.கே.சி., ஜி.என்.பி., ஏ.வி.எம்., எம்.ஜி.ஆர்-சொல்லப்போனால் இந்த உதாரணங்களை பாஷையின் அலங்காரத்துக்கு எடுத்துக்காட்டாக சொல்லப் பிடிக்கவில்லை. ஆயினும் தற்காலத்திற்கு அவ்வப்போது வரவேண்டியிருக்கிறது.

பொதுவாக நாம் அறிய வேண்டியது யாதெனில் அலங்காரமின்றி பாஷையே இல்லை.

தேவங்கள் தோறும் பாஷைகள் வேறு. பாஷைகள் தோறும் அலங்காரம் வேறு. அவை இல்லாமல் அவளே இல்லை.

என் செயல் ஆவது ஒன்றுமில்லை. ஈசனே யாவதும் உன் செயலே.

ஓடி அலைந்து தேடி சோர்ந்துவிட்டபின் வந்த அந்த சொற்கள்-எனக்கு எப்படி இருக்கிறது தெரியுமா? கச்சேரி முழுக்கப்பாடி, கனராகம், ஆலாபனை, ஸ்வரப்ரஸ்தாரம், சங்கதிகள், ஆவர்த்தனம் அந்த நாட்களின், அந்தக்கால- காலப் பிரமாணப்படி பாடி ஓய்ந்து குரல் ஒருவிதமான நெருப்பு நகநகப்பில் நாதத்துடன் ஐக்யம் ஆய சரணாகதம் கவிதையின் உச்சக்கட்டம். என் செயல் ஆவது ஒன்றுமில்லை எனும் நிலையில் கைகள் தொங்கிவிட்டமையால் ஆள் ஆஜானுபாகு. இதுவே சரணாகதத்தின் சௌந்தர்யம்.

●

ஒரு வானொலியில் பேட்டிகண்ட பெண் பேட்டி வாக்கில் கேட்டாள்; "நீங்கள் காதலித்திருக்கிறீர்களா? காதலைப்பற்றி உங்கள் அனுபவம் என்ன?" அவள் கேள்வியுடன் எனக்கு சண்டையில்லை. நல்ல கேள்வியும் கூட, ஆனால் அதற்கு நேரிடையான பதிலை அவளிடம் சொல்ல எனக்குச் சங்கடம். நான் நழுவப் பார்த்தும் அவள் விடுவதாயில்லை. யாரைக் காதலித்தீர்கள்? உன்னையேதான் - (அது உண்மையும்கூட) அடுத்த நொடி ரிக்கார்டிங் ரூமிலிருந்து 'ஆஹா'ங்களாரம். பொடி நேரம் அவள் கண்கள் என்னைச் சந்தித்தன. அதற்கு நான் எவ்வளவு பாக்யம் பண்ணியிருக்க வேண்டும்? அதுவும் நிஜம்தான் என்று எனக்குப் பட்டது. நான் கிழவன். அவள் யுவதி. நாங்கள் பேசிய கருத்தில் இது ஒரு பரஸ்பரம் பரஸ்பரத்துக்கு வயது வித்தியாசங்கள் கிடையாது.

அலசினால் கசங்கிவிடும் அதை உணர்ந்தவர்க்கு லலிதமும் நளினமும் தாண்டி ஒரு மறவாத நறுமணம் நினைவில் பிறந்தாச்சு?

அலைபாயும் அலை மீளும். அலை ஓய்வதில்லை. காதல் ஒருவர் மேல்தான் நிலைத்திருக்கும் என்பது சாத்தியமில்லை. நியாயம் இல்லை.

Because I am love with the world itself. விஸ்வ ப்ரேமைக்கு அணைத்துக்கொள்ள அதன் கைகள் போதா. என் செயல் ஆவது யாதுமில்லை. யாவும் உன் செயலே. கடவுள் கொடுத் தார். கடவுள் எடுத்துக்கொண்டார். இதுபோல ஏதேதோ மேலெழுந்தவாரியில் சம்பந்தமற்று ஆனால் மிக்க நெருக்கம் படைத்த அர்த்தத் தகடுகள் பொன்னில் உதிர்கின்றன. எல்லாவற்றையும் புரிந்துகொள்ளாமல் மனம் நினைவுறுகிறது. ஆகவே புரிவது அவசியமில்லை என்பது புரிகிறது. அடைய வேண்டியது நிறைவுதான்.

●

என் கற்பனைவழி மடையுடைந்த காட்டாறு போல் அன்று கண்ணீரின் தாரை போன்று மெதுவாக அதன் வழியில் வழிவது – ரிஷிகேசத்தில் சிவானந்தா ஆஸ்ரமத்துக்கு சிற்றருவிகள் இம்மாதிரி ஓடுகின்றன. பாறை உச்சியிலிருந்து ஒரு வெள்ளி ஜரிகை நாடா தன் இஷ்டத்திற்குக் கிளை பிரிந்து ஆங்காங்கே கோலம் இழைத்துக் கொண்டு ஸ்படிகம் வழிகிறது. பாறை உச்சியின் குறுகிய விளிம்பில் தன் அச்சமற்ற அப்பாவித்தனத்தில் ஒரு மான்குட்டி நின்றுகொண்டு இருக்கிறது. இதனால் இந்த மானை சாது என்று சொல்லிவிட முடியுமா? இது ஒரு இன்ப வியப்பு. என் கற்பனையின் தன்மை மெதுவானது. ஆனால் அழுத்தம் என்று நினைக்கிறேன். ஓயாமல் எழுதும் பழக்கத்திற்கு அதன் தன்மையிலேயே கட்டுப்பட்டதால் வேறு எப்படியும் இருக்க முடியவில்லை என்று தோன்றுகிறது. ‘Slowness is beauty’ & Rodin சொல்கிறான். என் உளியின் உழைப்பில் இதனால்தான் அதிகம் தேசல் காணவில்லையோ என்னவோ?

●

விசாலி

நாளை மறுநாள் தீபாவளி. இன்று என் பிறந்தநாள். சேகர் குடும்பத்துடன் இரண்டு நாட்களுக்கு முன்பே வந்து இறங்கி இன்னும் ஒருமணிநேரம் ஆகவில்லை. ஷோபா: "நான் வருவதாக இல்லை, ஆனால் இன்று உங்கள் பிறந்தநாள்தான் எங்களுக்கு முக்யம்."

நானும் ஹைமாவதியும் கூடத்தில் கட்டிலில் அமர்ந்திருக்கிறோம். எது சாக்கிலேனும் குடும்பம் ஒன்று சேர்ந்து ஒருசேரப் பார்க்க நன்றாய்த்தானிருக்கிறது. ஹைமாவதிக்குத் தான் ஒருவாரத்துக்கு வேலை ஜகா வாங்கும். எண்ணெய்க் கடாயை இன்று மத்யானம் ஆரோஹணம் பண்ணுவதாய் உத்யேசம். காயத்ரி இன்று மத்யானம் வந்துவிடுவாள். 'கோட்டி'யை ஒருவர் தனியாகப் பார்த்துக் கொள்ளனும். அவன் லூட்டி தாங்கமுடியாதது. ஆபத்தானது. எண்ணெய்க் கடாய்.

ஹைமாவதி வேலைக்கு அஞ்சுபவள் இல்லை. அவளுடைய உத்சாகமே அவளைத் தள்ளிக்கொண்டு போய்விடும் 'எனக்குக் கொஞ்சமாய்ப் பண்ணத் தெரியாது. நிறையப் பண்ணினால் நன்னா அமைஞ்சுடும் பாருங்கோ.' என்று ஸவால் விடுகிறாள். "நீங்கள் ஜாக்கிரதையாய் இருங்கோ. ஞாயிற்றுக்கிழமை டாக்டர் கிடைக்க மாட்டான், தெரியுமொன்னோ?"

இந்தத் தடவை என் பிறந்தாநாளும் தீபாவளியும் தேதிகள் விளையாடிவிட்டன. என் மேல் பழி சுமத்தறமாதிரி எனக்கும் ஏதேனும் வந்துவிடும். Oh God! வயஸானாலே வம்புதான்.

வாசலில் ஏதோ நிழல் தட்டுகிறது. 'இதோ வந்துட்டேன்' கண்ணன் எழுந்து போகிறான். கண்ணன் திரும்பாததால் சற்றுநேரம் பொறுத்து இவளும் எழுந்து போகிறாள். அடுத்து சேகரும் கழன்று கொள்கிறான்.

இவள் திரும்பிவந்து உட்காருகிறாள். அவள் முகத்தில் மாறுதல் காணமுடியாது அவ்வளவு அழுத்தம். மற்ற இருவரும் திரும்பவில்லை. வாசலிலேயே குமைகிறார்கள்.

“என்ன விஷயம்?”

“தந்தி”

“தந்தியா? என்ன?? யார்???”

“எல்லாம் உங்கள் குருக்களச்சிதான்.” ஹைமாவதி சிலசமயம் பேசுவது அலக்ஷியம் போல் தோன்றும். ஆனால் அது என்னவோ? “காலமாயிட்டாளாம்.”

“ஹா, விசாலமா?” மாரைப் பிடித்துக்கொண்டேன். அவள் என் தோளைப் பிடித்து அழுத்தினாள். இதுக்குத்தான் சொன்னேன்.

“என்ன சொன்னே?”

“சரி, என்னவோ சொன்னேன் போங்களேன்! வேளை வந்துடுத்து. போயிட்டாள். யார் என்ன செய்யமுடியும். அவளை எழுத்திலேயே நீங்கள் ஸ்திரம் பண்ணியாச்சே! அதைத்தவிர நீங்கள் என்ன செய்ய முடியும்?”

என்னால் எப்பவுமே இனி ஒன்றும் செய்யமுடியாது. செய்வதற்கில்லை. எழுந்து என் அறைக்குச் சென்று கட்டிலில் உட்கார்ந்து விட்டேன்.

என்னமோ நடக்கிறோம். வருகிறோம். போகிறோம். உள் நினைவில் அந்த அர்த்தமற்ற இயக்கம் தெரிகிறது. உயிர் இருக்கும் வரை இயங்காமல் இருக்கமுடியாது. எனக்கு என வேளை வரும் வரை இந்த வயசில் அதன் வெறிச்சில் செயலின் வியர்த்தம் தவிர வேறு எதுவும் என்னால் காணமுடியவில்லை.

சேகர் உள்ளே வந்து என் எதிரே உட்காருகிறான். அவன் அருகே கண்ணன் கைகளைக் கட்டிக்கொண்டு சுவரில் சாய்ந்துகொண்டு நிற்கிறான். இரண்டு மருமகள்மாரும் சுவரோரமாய் ஒடுங்கி நிற்கின்றனர். அவர்களுக்கு ஒன்றும் புரியாது. ஏதோ விபரீதம் என்று தவிர.

அப்பா!

சேகர் குரல் எங்கிருந்தோ வருகிறது. அப்பா என்று சேகர் அழைப்பது அபூர்வம் என்பதை மனம் இப்போது பதிவு செய்துகொள்கிறது. அவன் என்னை ராமாமிர்தம் என்று அழைத்ததால் அவன் சந்தோஷமாயிருக்கிறான். சேகர் சந்தோஷமாயிருக்க வேண்டும், என்பதே என் ஆசை. பேர் சொல்லி அழைத்தால் குறைந்துபோய் விடுவேனா? அந்த எண்ணத்தை எல்லாம் எப்பவோ விட்டாச்சு. என் பெற்றோர்கள் அவர்களைப்

பெற்றவர்களின் சந்ததியுடன் அந்த மரியாதை எல்லாம் போயாச்சு, அந்த காலத்தில் அந்த Climate இல்லை. அந்த மரியாதைக்கெல்லாம் அர்த்தம் இருந்தது. புஷ்டியிருந்தது. அதில் புனிதமிருந்தது. இப்போதெல்லாம் நடக்கிறது நடந்துவிட்டுப் போகட்டும் என்று எனக்கே அலக்ஷியம் வந்தாச்சு. என்ன வேணுமானாலும் அழைச்சுண்டு போகட்டும். பாசம் மாறாமல் இருந்தால் போதும்.

இப்போ 'அப்பா' என்கையில் சேகர் படு சீரியஸ்ஸா யிருக்கிறான். அவன் சீரியஸ்ஸாயிருப்பதால் குரலில் அமைதி கூடுகிறது. சாந்தன் சேகர் குரலை ஒரு உச்சத்துக்கு மேல் உயர்த்தக்கூடாது என்று கடைப்பிடித்து வருகிறான். எந்தக் காரியத்துக்கும் சளைக்க மாட்டான். கௌரவம் பார்க்க மாட்டான்.

"அப்பா, உங்கள் துக்கம் பெரிசு எங்களுக்குத் தெரிகிறது. உங்கள் இழப்பு இரட்டிப்பு. ஒன்று அபிதாவை இழந்து விட்டீர்கள். அடுத்து விசாலமும் போய்விட்டாள். எது முன்னது எது பின்னது எடைபோட, உங்களைத் தேற்ற எங்களுக்குத் தகுதியில்லை. உங்கள் துக்கத்தை நீங்கள் அனுபவித்துத்தான் ஆகவேண்டும். ஆனால் அப்பா–நீங்கள் எங்களுக்கு வேண்டும். கண்டிப்பாக வேண்டும்ப்பா." அவன் கண்கள் சிவந்துவிட்டன. என் கைகளைப் பிடித்துக்கொண்டான். "அதைப் பார்த்துக் கொள்ளுங்கள். அப்பா அதுக்கு மேல் எங்களுக்குச் சொல்லத் தெரியவில்லை."

எனக்கு கண்கள் உறுத்தக்கூட இல்லை. கண்ணீர் வறண்டு எத்தனையோ நாட்கள் ஆகிவிட்டன. விழிகளின் ஈரப்பசைக்கு ஓர் தெம்பு வேண்டும்.

கண்ணன்: "நான் வேணுமானால் உங்களுக்குப் பதிலாக ஐயன்பேட்டை போய் வருகிறேன். சாயங்காலம் திரும்பி விடுகிறேன்."

சொல்லிவிட்டு உடனே கிளம்பி விட்டான்.

சேகர் கூடத்துக்குப் போய்விட்டான்.

ஹைமாவதி சமையலறையில் வேலையாயிருக்கிறாள்.

இரண்டு நாட்டுப் பெண்களும் நான் வேறு உலகம் போல், புரியாமல் பார்த்துக்கொண்டிருந்தார்கள்.

இன்று எனது 86வது பிறந்தநாள். விசாலி இன்று நாள் பார்த்துக் கொண்டாயா?

வைத்தி எப்படித் தாங்கிக் கொண்டிருக்கிறான்?

வைத்யநாத குருக்களுக்கு 90 பூர்த்தியாகிவிட்டது.

அவரவர் வயதுக்கணக்கில் மனம் வெகு அக்கறையாக முனைகிறது.

விசாலி இப்பத்தான் எண்பதைத் தாண்டியிருப்பாள்.

ஆண்டவன் அளவை யாருக்கும் குறைவாய் வைக்கவில்லை. அப்படியும் போனவள் போனவள்தான். போனவர் மீள்வதேது?

மரணம் எப்பவுமே அண்டை வீட்டான்தான். ஆனால் அவனை வரவேற்க முடியவில்லையே. காலையின் வெய்யில் அதன் மஞ்சள் மாறிக்கொண்டு outer லிருந்து உள்ளே நகர்கிறது.

எண்ணங்கள் பிறக்கையில் சிதர்களாகத்தான் உற்பவிக்கின்றன. பிறகு இயல்பினாலேயே தெரிந்தோ, தெரியாமலோ பிறரிடம் பேச்சாய்ப் போய்ச் சேர்கையில் சீர்பட்டு வரிசைப் பட்டு விடுகின்றன. எழுத்தானால் அதன் மெருகேற்றத்தைப் பற்றிக் கேட்கவே வேண்டாம்.

இந்த நினைவாஞ்சலியில் நான் அப்படி கிரமப்படுத்தாமல், தோன்றியது தோன்றியபடி அதன் துடிப்பின் உஷ்ணத்தில் காட்ட முயல்கிறேன்.

●

சுமார் நான்கு மாதங்களுக்கு முன் விசாலம் இங்கு வந்திருந்தாள், இப்போது எனக்கு ஒரு சந்தேகம் கிளம்பியிருக்கிறது. அவளுடைய இயற்பெயரில் அழைக்கவா? அபிதா என்று சூட்டிய பெயரில் விளிக்கவா? என்னைப் பொறுத்தவரையில் இரண்டுமே அவளுக்குப் பொருந்தும். ஆனால் இதில் என் மண்டையில் குழப்பிக்கப் போவதில்லை. அந்தந்த சமயம் எப்படி எப்படித் தோன்றியதோ அப்படி இருந்துவிட்டுப் போகட்டுமே.

நான்கு மாதங்களுக்கு முன் விசாலம் என்னைப் பார்க்க வந்திருந்தாள். போனவருடம் நான் சறுக்கி விழுந்து என் முதுகெலும்பு உடைந்தது பற்றி விசாரிக்க. இப்போதுதான் அவளுக்கு ஒழிந்தது. அதைப்பற்றி குற்றம் கொள்வதற்கில்லை. அவளது பிழைப்பு அப்படி இதோ அரைமணி நேரத்தில் புறப்பட்டுவிடுவாள். அலண்டு விட்டாள்.

“ஐய்யய்யோ – அடையாளமே தெரியலையே. உள்ளுக்கு வாங்கிட்டீகளே?”

“அதைப்பத்தி எல்லாம் நினைக்காதே விசாலம். வயசாகல்லையா?”

“வயசென்ன வயசு?”

“அவருக்குத் தொண்ணூறு ஆச்சு. உங்களைவிட திடம்மா இருக்கிறாரு. சாதத்தை மட்டும் புனர்பாகமாய் வடிக்கணும். இல்லாட்டா வயித்துப்போக்கு வந்துடுது. மத்தபடி மத்த சமையல், இட்லி தோசை அதுக்கெல்லாம் பங்கமில்லை. நீங்க தேய்ஞ்சு போயிட்டீங்களே. சாப்புடறீங்களா இல்லையா?”

“எனக்குப் பசியே இல்லை விசலாம்.”

“அப்படி இருக்கக்கூடாது. மல்லுக்கட்டியாவது கொஞ்சம் உள்ளே இறக்கணும்.”

“நீ ஒண்ணும் அப்படித் தெம்பாத் தெரியலையே விசாலம்.”

“பாதம் அப்பமா வீங்கிக்குது. வைத்தியன் உப்பைத் தள்ளச் சொல்றான். நான் ஒருவேளை சாப்பாட்டையே தள்ளிட்டேன். அதுவும் எனக்கு ஒத்துப்போச்சு.”

“என்ன ஒத்துப்போச்சு ஒருத்தரை ஒருத்தர் ஏமாத்திக்க வேண்டியதுதான்.”

“வயசாவல்லே. எனக்கும் எண்பதாச்சு. ஆனாலும் உங்க மாதிரி நான் பாக்கல்லே இப்படியா ஒரு இளைப்பு!”

விசாலம் குட்டை சிவப்பு மரப்பாச்சி இன்னமும் நிறமும் அழகும் குன்றவில்லை. கடல்பேசும் வட்ட விழிகள். உதடுகள் நல்ல சிவப்பு. வெற்றிலையும் போட்டுக் கொள்கிறாள்.

வைத்தி நல்ல உயரம். அகன்ற மார்பு குறுகிய புனல் போல இறங்கி குறுகிய இடுப்பு. தொப்பைக்கு–இளம் தொந்திக்குக்கூட இடமில்லை. வயிறு குழைந்து முதுகுடன் ஒட்டிக் கொண்டிருக்கும். அந்த ஜோடிப் பொருத்தம் ஏறக்குறைய 72 வருடங்களுக்கு மேல் நீண்டாச்சு முருகக் கடவுள் இன்னும் நீட்டட்டும்.

வைத்தி இரண்டு வருடங்களாக வீட்டுத் திண்ணையில் அடங்கியாச்சு. வடக்குப் பார்த்த வீடு. கோடையில் சஹிக்க முடியா தஹிப்பு. திண்ணை பக்கவாட்டில் தட்டிகட்டி ஒரு மெத்தை விரித்து முக்கால் வேளை அங்குதான் வாசம். அவன் ‘ஓ’ அவர் தனக்குப் பண்ணிக்கொண்டிருக்கும் சௌகர்யங்கள் சுவாரஸ்யமானவை. கொஞ்சம் மின்சார வேலையும் அவருக்குத் தெரியும். காது என்னைவிட டமாரம். ஹியரிங் எய்ட் வைத்திருக்கிறார்.

ரேடியோ கேட்கத் தனி ஸ்பீக்கர் ஆணியில் T.V பார்க்க தாழ்வாரத்துக்குப் போய்விடுவார். சாப்பாடு ஸ்டூலில் தனக்குக் காது கேட்கவில்லையாதலால் அவருக்கும் பேச்சு அடங்கி குரலில் தனி 'கம்மல்' வந்துவிட்டது. கோயிலுக்கு பூஜைசெய்ய இவர் போவது என்றைக்கோ நின்றுபோய்விட்டது. வைத்தியம் பார்ப்பார். நாடி பிடித்துப் பார்ப்பார். திருஷ்டி கழிப்பார். அவருடைய கைராசிக்கென்றே சிலர் வருவார்கள். அவருடைய கவனங்கள் அத்துடன் சரி.

கோயிலை அவருக்கு பதில் கவனிக்க அவரையும் விசாலத்தையும் கவனிக்க இப்போது இவர்களுடைய மருமான் குடும்பந்தான் வாரிசு.

"வலிக்குதா என்ன? இப்ப கவர்மென்ட் சம்பளமே வந்தாச்சு, வெள்ளிக்கிழமை விசேஷ தினங்களில் தட்டுல கணிசமாய் சில்லறை விழுது. ஐப்பசி மாசம் சூரசம்ஹாரம் சமயத்துல வெளியிலேர்ந்து உதவிக்கு ஆளையே வரவழைக்சுக்கறோம். அமாவாசை தர்ப்பணம் பண்ணறவங்களும் இருக்காங்க சரி. நான் வரேன். பத்துமணி பஸ்ஸை பிடிக்கணும்."

"என்ன விசாலம் ஜீல் காட்டறே. இப்பத்தானே வந்தே. இன்னிக்கு தங்கக்கூடாதா?"

என் கைமேல் தன் கை பொத்தினாள். "நாளைக்கு திருவாதரை, ரெண்டு மண்டகப்படி இருக்கிறது. ரெண்டுபடி சுண்டல் போடணும். ரெண்டுபடி சர்க்கரைப்பொங்கல் வேறே. இதெல்லாம் மருமாளால சமாளிக்க முடியாது. நான் கிளம்பறேன். நீங்க எழுந்திருக்காதீங்க" சொல்லிக்கொண்டே விறுவிறுவெனப் போய்விட்டாள்.

நான் பெருமூச்செறித்து கட்டிலில் சாய்கிறேன். சற்று இருண்ட மாதிரி மனம் கவிகின்றது. இவள் ஏன் வந்தாள் இருட்டை அதிகரிக்கவா?

என் முதுகெலும்பு முறிந்தது ஓர் தனிக்கதை. காலை நாலு மணி வேளைக்கு எழுந்து இருட்டில் வழுக்கி அப்படியே மல்லாக்க விழுந்து – உடனே எழுந்திருக்க முடியவில்லை. என்னை ஸ்ரீகாந்த் தான் தூக்கினான.

"என்னைக் கூப்பிடறதுதானே? ஏன் தனியாப் போவானேன்?"

நான் எந்தப் பதிலும் சொல்லமுடியாது. ஆனால் எழுந்தால், நடந்தால், உட்கார்ந்தால் வலித்தது. ஆனால் பொறுக்கக்கூடிய

வலிதான். போகப்போக அதிகரித்தது. பொறுக்கவே முடியாமல் டாக்டர் மகேந்திரனிடம் காண்பித்ததில் முதுகு எலும்பில் ஒரு பகுதியில் நொறுங்கி இருந்ததை X-ray காட்டியது. கத்தி வைக்கக்கூடாது என்று சொல்லிவிட்டேன். அவரும் ஒப்புக் கொண்டார். அன்று இரவே ஆஸ்பத்திரியில் சேர்த்தாச்சு. பதினொரு நாட்கள் முறிந்த எலும்புடன் வளையவந்திருக்கிறேன். அதுவே ஆச்சர்யம். ஏன் தற்பெருமையும் கூட. ஊசி போட்டு அன்று இரவே வலியை நிறுத்தி விட்டார்களா? ஆனால் என் பையன் பின்னால் சொன்னான். அவன் ஒரு கடப்பாறை முழுங்கி. “வயசாச்சு. தாங்கணும். திருப்பிவைக்காமலே கூடணும். ஒரு பத்துநாள் தாண்டித்தான் சொல்ல முடியும். உங்களுக்குக் கெடு வெச்சாச்சு.” இக்கட்டான நிலைமை தாண்டியபிறகு சொன்னான். ஆனால் பெட்ரெஸ்ட் என்று ஒரு நிலைமை விதித்தார்களே அதைவிட நரகம் இல்லை. வலப்பக்கம் இடப்பக்கம் பிரளலாம். மற்றபடி மல்லாந்து படுத்தபடியே இருக்கவேண்டும். கட்டிலை என்னவோ முறுக்கித் திருப்பிச் சற்றுத் தாழவைத்து விட்டார்கள். மற்ற உடல் கடன்களெல்லாம் கட்டிலிலேயே. ரப்பர் ஷீட்டோ வேட்டியோ, போர்வையோ, அசிங்கங்களையும் அதன் நாற்றத்தையும் தாங்கிக் கொண்டுதான் இருக்க வேண்டும். வார்டுபாய் ‘பெட்பானை’ வைத்துவிட்டுப் போய்விடுவான். ‘என்னப்பா இப்படிப் போயிட்டே’ என்று ஆட்க்ஷேபித்தால் ‘இதைவிட எமர்ஜென்ஸி கேஸ் ஒண்ணு இருக்கு சார்’ என்று இளிப்பான். ஸ்பாஞ்ச் பாத் என்று தினம் உடல் துடைப்பான். டாக்டர்கள் வந்து போவார்கள். எல்லாம் சரியாகிவிடும் என்று ஒரு மூடுமந்திரம். இப்படிக் கேட்டுவிட்டுப் போவதற்கே பில் 1600ரூ. ஸர்வீஸ் சார்ஜ்ஜாம். இத்தனை அக்கிரமங்களுக்கு நடுவேயும் நான் மீண்டுவிட்டேன். நான் சொஸ்த்தமாகி ஆஸ்பத்திரியை விட்டு மீளும்போது நான்கு டாக்டர்கள் மெனக்கட்டுப் பார்க்க வந்தார்கள். நால்வருமே எனக்குக் கைகுலுக்கினார்கள். “அசாத்திய ‘வில்பவர்’. அதனால் நீங்கள் இந்த வயதிலும் பிழைத்தீர்கள்” என்று பாராட்டினார்கள். நாம் நம்முடைய பாஷையில் தெய்வக்கிருபை என்போம். அவர்கள் பாஷையில் அது ‘வில்பவர்’. எனக்கு அப்படித்தான் தோன்றுகிறது. நான் பிழைக்கவேண்டுமென்று தனியாப் பிரார்த்திக்கவும் இல்லை. சித்தத்தை திடம் பண்ணவும் இல்லை.

இதுவும் சௌந்தர்யத்தின் சாயைகளில் ஒன்று என்று கொள்ளலாமா?

●

அண்ணாவின் (அப்பாவின்) உடம்பை உத்யேசித்து உத்யோக நியமத்தில் எங்கள் குடும்பம் ஐயம்பேட்டை (காஞ்சி) வந்தபோது எனக்கு வயது ஏழு. அக்ரஹாரத்தில் நான்கு வருடங்கள் குடியிருந்து விட்டு பிறகு வள்ளுவப் பாக்கத்திற்கு மாறினோம். அங்கிருந்து குருக்கள்மார்கள் குடியிருந்த தூரம் நடைதூரம்தான். அதனால் வைத்தியும் எங்கள் வீட்டிற்கு வருவான். நானும் அங்கு போவேன். வைத்தியின் பெற்றோர்கள் மிக்க நல்லவர்கள். வைத்தியின் அப்பா கூழாங்கல் கண்ணாடியை நூலில் கட்டிப் போட்டிருப்பார். அப்படியும் தலையை ஒரு பக்கமாய் சாய்ந்து காக்கா பார்வைதான். வைத்தியின் தாயார் சுந்தராம்பாள் சற்று உசரமாக, பிரியமாக இருப்பார். அந்தக் குடும்பத்தில் பரம்பரையாகவே நீண்ட ஆயுசு.

நான் சின்னப்பையனாய் காலை வேளையில் குருக்கள் வீட்டில் பழையசாதம் சாப்பிட்டிருக்கிறேன். சாதம் அவ்வளவு சுகமில்லை. நைவேத்ய சோறு. விரைப்பு சோறு ஆனாலும் ப்ரிய சோறு. இதற்கு எங்கே போவேன்? வைத்திக்குப் பூணூல் போட்டார்கள். பந்தியில் கரண்டியை உபயோகிக்காமல் கையாலேயே நெய்யை ஏந்தி இலைக்கு அள்ளி வைப்பார்கள். "வாத்தியாரை கவனி" 'வாத்தியார் புள்ளையைக் கவனி', என்று அவ்வப்போது சாப்பாட்டுக் கூடத்தில் இறைச்சல். இதெல்லாம் எங்களுக்கு ஒத்து வராது. ஆனாலும் அந்தப் பிரியம், அந்த மரியாதை, அதுதான் இந்த வயதிலும் என்னைத் தாங்கிக்கொண்டிருக்கிறது.

அடுத்த வருஷமே வைத்திக்கு கல்யாணம் நடந்தது. இருபது மைல்களுக்கு அப்பால் பெண் எடுத்தார்கள். எல்லா சம்பந்தங்களும் இருபது மைல் வட்டாரத்துக்குள் உறவினர்களுக்கிடையேதான். நாங்கள் கல்யாணத்திற்குப் போக முடியவில்லை. அடுத்த வாரம் காலையில் வைத்தி வீட்டிற்குப் போனேன். பாவாடையும் சட்டையுமாய் ஏழெட்டு வயதுப் பெண் திண்ணைத் தூணைக் கட்டிக்கொண்டு நின்றுகொண்டிருந்தாள். முதல் விசனத்தில் தோய்ந்து திக்குத் தெரியாத காட்டில் வழிதப்பிப்போன குழந்தை மாதிரி. சுந்தராம்பாள் உள்ளிருந்து வந்தாள். 'ராமாமிர்தம், வந்தையா? இவதான் உன் நண்பனின் பெண்டாட்டி பார்த்தையா? உள்ளே வாயேன். கல்யாண பட்க்ஷணங்கள் தரேன்.'

இப்படித்தான் எங்கள் முதல் சந்திப்பு. நாலு நாட்களுக்குப் பிறகு குருக்கள் வீட்டிற்குப் போனால் அவள் இல்லை. பிறந்தகத்திற்குப் போய்விட்டாள். இனி பெரியவள் ஆனபிறகு தான் இங்கு வருவாள். நான் பட்டணத்திற்கு சித்தப்பா வீட்டிற்கு பள்ளியில் சேரப் போய்விட்டேன். போட்டிப் பரீட்க்ஷையில் நான்

தேறி, மாதச் சம்பளம் இனிகட்டத் தேவையில்லை. ஆங்கிலத்தில் என் பாண்டியத்யம் வாத்தியார்களையே பிரமிக்க வைத்தது. எட்டாவது வகுப்பில் ஒரு பையன் இருக்கிறான். இங்கிலீஷ் பேசுகிறான் என்று ஆசிரியர்களிடையே பேசிக்கொள்வார்களாம். S.S.L.C. தேறி நான் பள்ளியை விட்டு வெளியேறும்போது பிரின்சிபல் (ஒரு வெள்ளைக்காரர்) கொடுத்த நன்னடத்தை சான்றிதழில் "His power of imagination and gift of expression are far above the average" என்று குறிப்பிட்டிருந்தார். நான் காலேஜ் போகவில்லை. அந்தளவிற்கு கையில் பசையில்லை. படியேறி வேலை தேடுவதிலேயே வீட்டில் என்னை bend எடுத்தார்கள். ஆகையால் ஐய்யம்பேட்டைக்கு முன்பு போல அடிக்கடி போக முடியவில்லை. வைத்தியைப்பற்றி நினைக்கவே இல்லை. விசாலாட்சியைப் பற்றி நினைக்கத் தோன்றவே இல்லை. குருக்கள் வீடாவது மண்ணாங்கட்டி. ஏதேனும் ஒரு வேலையில் அமர்ந்து வீட்டின் நச்சரிப்பிலிருந்து தப்பவேண்டும். இடையில் ஏறக்குறைய ஒரு மாதம் Kalazaar ஜுரத்தில் கிடந்தேன். பிறகு ஐய்யம்பேட்டையும் பட்டணமுமாக மாறிமாறித் தங்கினேன். அப்பாவிற்கும் சித்தப்பாவிற்குமிடையே ஏதோ சமிக்ஞை. அந்த இடைவெளி களில் ஒருநாள் குருக்கள் வீட்டில் விசாலத்தைப் பார்த்தேன். புக்ககத்திற்கு வந்துவிட்டாள். இது பாவாடை சட்டையில் நான் பார்த்த விசாலமில்லை. கொசுவம் கட்டி, வயதைக் காட்டிலும் இன்னும் பெரியதாய்க் காட்டும் விசாலம் அந்தத் திக்குத் தெரியாத பார்வைபோய் விழிகளில் வண்டுகள் பிரகாசித்தன. என்னைப் பார்த்து அவள் கூச்சப்படவில்லை. ஆனால் பேசவில்லை. வாயில் லேசான புன்முறுவல்.

வைத்தியில் அப்பா கண்ணாடி குருக்கள் இப்போது கோயில் பூஜைக்குப் போவதில்லை. எல்லாம் வைத்திதான்.

இந்த இடத்தில் குருக்கள் உத்தியோகம் பற்றி சற்று விவரமாகச் சொல்லவேண்டி இருக்கிறது. அந்த நாளில் குருக்கள் பிழைப்பு மிக்கக் கடினமானது. அவர்களுக்கு விடுமுறையே கிடையாது. வைத்திக்கு முருகன் கோயிலில்தான் வேலை. மாதச்சம்பளம் கிடையாது. கோயில் தூணில் கட்டியிருக்கும் உண்டியலை அமாவாசைக்கு அமாவாசை திறந்து அதிலிருக்கும் சில்லறையைத்தான், சில்லறையில்தான் மாதச்சம்பளம் எடுத்துக்கொள்ள வேண்டும். முருகன் கோயிலைத் தவிர வைத்தி நாலைந்து பிள்ளையார் கோயிலுக்கும் பூஜை செய்தான். தனித்தனியாகத் தண்ணீர் அபிஷேகம் கிடையாது. முகத்தில் ஒரு கை தண்ணீரால் பிள்ளையாரை அடித்து ஏற்கெனவே நெற்றியில்

ஒட்டியிருந்த சந்தனத்தை நனைப்பான். காலையில் வடித்த சோறுதான். அந்த ஒரே பாத்திரத்தில் அழுக்கு சிவப்புத்துண்டை மூடி, எல்லா சுவாமிகளுக்கும் நைய்வேத்யம். தன் பூஜைகளை முடித்துக்கொண்டு வைத்தி வீடுபோய் சேர்கையில் மணி ஒன்றாகிவிடும். நைய்வேத்ய சோறு காய்ந்துபோய் வேல் வேலாய் விறைத்து நிற்கும். ஆனால் இந்தச் சோறும் வீட்டிற்கு வந்தபின்தான் வீட்டார் சாப்பிடமுடியும்.

பிள்ளையார்களுக்குச் சிரத்தை காட்ட முடியாவிட்டாலும் வைத்தி முருகபக்தன். உதவிக்குப் பண்டாரம் கிடையாது. கோயில் வாசல் கிணற்றில் தண்ணீர் சேந்தி கர்ப்பக்ரஹத்தில் கங்காளத்தில் நிரப்பில் ஆகவேண்டும். கர்ப்பக்ரஹத்தை அலம்பிவிட வேண்டும். ஊரார் விதித்தது ஒருவேளை பூஜை ஆயினும், அவனுடைய சிரத்தை காரணமாக ஏற்படுத்திக் கொண்டான். தண்ணீர் மொள்ளுவதே ஒரு கசரத். வைத்திக்கு மார்பும் தோள்களும் அகண்டு மார்பு புடைத்து எழும். அவன் பக்கத்தில் விசாலம் மரப்பாச்சி. அவர்களுடைய தாம்பத்ய உறவு எனக்கு எப்பவுமே சரியாக விளங்கினதில்லை. ஆர்வம் யாருக்கு யார்மேல் அதிகம். ம்ஹும் இது உன்னுடைய வேலை இல்லை என்று நீதியின் அதட்டல் உள்ளே கேட்கிறது. ஊராரின் இத்தனை கருமித் தனத்திலும் சில விசேஷப் பண்டிகைகள் கொண்டாடுவதுண்டு. கார்த்திகை, பொங்கல், சூரசம்ஹாரம், சிலபேரின் ப்ரத்யேக வேண்டுதல், கோர்ட்டில் கேஸ் ஜெயித்து விட்டால் மண்டகப்படிக்கு அநேகமாய் ஒவ்வொரு வீட்டிலும் ஒரு தஸ்தாவேஜ் இருந்துகொண்டேயிருக்கும். துணியில் சுற்றி கக்கத்தில் இடுக்கிக்கொண்டு கோர்ட்டுக்குப் போவார்கள். கோர்ட்டுக்குப் போவதே அவர்களுக்கு கௌரவம். இந்த விசேஷ தினங்களில் வைத்தியின் உதவிக்கு விசாலம் கோயிலுக்கு வருவாள். நைய்வேத்தியத்திற்கு மூன்று ரூபாய் கொடுத்துவிட்டு மண்டகப்படிக்காரன் "நெய் ஊத்தவே இல்லை. முந்திரி போட்டீங்களா? வெல்லத்தைக் காணோம்." அவன் கேட்பது கிட்டத்தட்ட சண்டைமாதிரி இருக்கும். அதற்கும் விசாலம் தான் தைரியமாக பதில் சொல்வாள். "நீ கொடுத்த பணத்திற்கு பெரிய கோவில் பூஜை என்று கேட்கிறாயா?" குற்றம் சொன்னவன் பின்னடைவான். வைத்திக்கு அந்தத் தைரியம் கிடையாது. எல்லாரையும், நல்லத்தனம்பண்ணிக் கொண்டு போகணும் என்று கொள்கை. வைத்தியின் ஆக்ஷேபனைக்கு "நீங்க சும்மாயிருங்க" என்று வைத்திமேல் திரும்பி "இந்த சர்க்கரைப் பொங்கலைப் பண்ணறத்துக்குள்ளே எங்க பிராணன்போவுது." இந்தமாதிரி

பேரத்தை ஏத்துக்கவே கூடாது. இது இல்லாட்டி போவட்டும். ஆனால் அது போவாது. அடுத்த தடவையும் இதே மல்லுக்கட்டுதான். விசாலம் பெரியகோவில் என்று குறிப்பிட்டது காஞ்சி ஏகாம்பரநாதர் கோயில். அந்தக் கோயிலிலும் வைத்தி பரம்பரைக்கு பாத்யதை உண்டு. அரைக்கால் முறை என்பான். அப்படி என்றால் வருடத்தில் ஒருநாள் ஏகாம்பரநாதர் சந்நிதியில் இரண்டு மணிநேர அர்ச்சனை செய்ய ஏற்றுக் கொள்வார்கள்.

"ப்பூ"

நீங்கள் 'ப்பூ' பண்ணவேண்டாம். அந்த இரண்டுமணி நேரத்தில் கற்பூரத் தட்டில் இந்த் வீட்டுப் பங்கிற்கு 200, 250ரூக்கு குறையாது. வெள்ளிக்கிழமையாக வாய்த்துவிட்டால் அதிர்ஷ்டம் கூரையைத் தூக்கும். எத்தனை யாத்ரிகள். வந்துபோகும ஜனத்தொகை (Floating Population) தினப்படி பக்திக்காரனைக் காட்டிலும் வடக்கிலிருந்து மார்வாரி, குஜராத்தி, ஆந்திரக்காரர்கள், இத்யாதிகள். வெள்ளைக்காரர்கள் சந்நிதிக்குள் வரமுடியாது. ஆனால் த்வஜ ஸ்த்தம்பம் அடியில் நின்றபடியே பஞ்சமுக தீபாராதனை பார்த்து நோட்டுக்கணக்கில் தக்ஷிணையை வீசுவான்.

ஆகையால் அரைக்கால் முறையை அலட்ஷியம் செய்யமுடியாது. கந்தப்பார்கோயில் உண்டியில் கிடைக்கும் மாதச்சம்பளத்தைப் போல் மூன்று மடங்கு கிடைக்கிறதே. ஐயன் பேட்டையிலிருந்து பெரிய காஞ்சிபுரம் ஆறுமைல். ஆனால் மிதிப்பதற்கு வைத்தியிடம் சைக்கிள்தான் இருக்கிறதே. பூஜை நிமித்தமாக வைத்தி தினமே கிட்டத்தட்ட பன்னிரண்டு மைல் சுற்றவேண்டியிருந்தது.

பணத்தை விசாலத்திடம் கொடுத்துவிடுவான். புடவை வேட்டி போன்ற விசேஷ செலவுக்கு ஆச்சு. விசாலம் அந்த சின்ன வயதிலிருந்தே கஜானாக்காரி. விசாலம் நல்ல நிர்வாகஸ்தி. அவள் பேரம் பேசுகையில் சரக்குக்காரனிடம் குழையமாட்டாள். குரலில் சற்று அதட்டல் இருக்கும். ஆமா, இவங்களிடம் தலையைக் குடுத்தால் குடுமியைப் பேட்டுக்கன்னி ஆக்கிடுவாங்க

ஆனால் நாங்கள் இருவரும் பேசிக்கொள்ளவில்லை. வைத்தி அப்பாவிடமிருந்து கோயில் பூஜையை ஏற்றுக் கொண்டாற்போல் விசாலம் குடும்பப் பொறுப்பை ஏற்றுக் கொண்டுவிட்டாள்.

பெரியகோயில் ப்ரும்மோற்சவம் கியாதி பெற்றது. பங்குனி மாதம் நடக்கும். நான் குறிப்பிடும் இந்த உற்சவம் ரொம்ப விசேஷம். ஐந்தாம் நாளில் புது ராவணவாஹனம் பூரா வெள்ளித்தகடு.

உற்சவம் பார்க்க காஞ்சீபுரத்திற்கு நான் நடந்து போய்க் கொண்டிருந்தேன். பட்டணத்தில் வேலைக்கு அலைந்து மனமும் உடலும் சலிச்சுப்போச்சு. என் பொழுதே இப்படித் தான் போய்விடுமா? ஓரோரு சமயம் மனத்தில் வண்டல் இறங்குகையில் அந்த நிலையை வெறுமென சொல்லுவதால் நீங்கள் புரிந்துகொள்ள முடியாது. அனுபவித்தால்தான் தெரியும். அப்படித் தெரிஞ்சால் மட்டும் நீங்கள் என்ன செய்யப்போகிறீர்கள்? வேலை போட்டுக் கொடுக்கப் போகிறீர்களா? ஒரு மாட்டுவண்டி என் திக்கில் என்னைக் கடந்துசென்று நின்றது.

உள்ளே –

சுந்தரம்மா, வைத்தி, விசாலம்.

"எங்கே போறே?"

"உற்சவம் பார்க்க. இன்னிக்கு ராவணவாஹனமாமில்லே?"

"சரி ஏறு."

அவள் வைத்தியைப் பார்த்துக் கொண்டிருந்தாள். அவள் முகம் பிரகாசமடைந்தது.

"எங்கேப்பா இடம்? நான் நடந்தே போறேனே!"

வைத்தி கீழே குதித்தான். "ஏறு இன்னும் இரண்டு பேர் வந்தால் கூட இடம் சரி பண்ணிக்கலாம். வில்வண்டி மாட்டுக்குக் கனமாயிருக்காது மாடு. மாட்டைப்பத்தி என்ன நினைச்சுண்டிருக்கே? முருகன் சந்தையிலிருந்து பிடிச்சுண்டு வந்திருக்கான். நான் முன்னாலே போய் ஏறிடுவேன். விசாலம் கொஞ்சம் தள்ளிக்கோ."

அவள் ஒடுக்கிக் கொண்டாள்.

"சங்கோஜப்படாதீங்க. இன்னும் தாராளமா உக்காருங்க எல்லாத்துக்கும் சமயம் போது உண்டு இல்லையா?" இப்போது அவள் பேசினாள்.

"வைத்தி இன்னிக்கு உன் கோயில் பூஜை என்ன ஆச்சு?"

"இந்த ஒருநாள் அப்பா பாத்துப்பா. நாளைக்காலை நான் போய்விடுவேன். ஒன்றிரண்டு பிள்ளையாரைப் பட்டினிபோட வேண்டியதுதான். வேணும்னா நாளை சாயங்காலம் அவங்களை கவனிப்பேன். நீங்கள் தங்கி கல்யாணம் பார்த்துட்டு வாங்கோ."

"அதுவரையில் நீங்க எங்கே தங்கப் போறீங்க?"

பதில் அவள் சொன்னாள். "என் தங்கச்சி வீட்டில்.அவள் ஆத்துக்காரர் பெரியகோவிலில் பூஜை செய்யறாரு. வீடு பதினாறு கால் மண்டபத்துக்கு எதிரே நாம ஆனந்தமா மொட்டை மாடியிலிருந்து சாமி புறப்பாடிலிருந்தே உற்சவம் பார்க்கலாம்."

"நான் வீட்டுக்குப் போக வேண்டாமா? அவா கவலைப் படுவாளே?"

வைத்தி: "இன்று ஊர் திரும்பறவாகிட்டே சொல்லி அனுப்பிச்சுடறேன். நாளைக்காலை நான் போய் சொல்ல மாட்டேனா?"

அம்மாவாவது சமாளிச்சுப்பாள். அப்பா இந்த அட்ரஸ் இல்லாத நிலைமையைத் தாங்குவாரா? நெஞ்சுள் எனக்கு சுருக் சுருக் நடந்தது நடந்துவிட்டது. இனி ஒன்றும் செய்ய முடியாது.

இப்போ வேற இடத்தில் அவாளுக்கு என்னைத் தெரியாதே!

அவள், "என்னா உங்கள் இஷ்டத்துக்கு கவலைப்படறீங்க? ஏற்கெனவே உங்களைப் பத்தி நாங்க பேசி இருக்கோமே! நீங்கள் இப்படி அங்கே வருவதை அவங்க கௌரவமா நெனைப்பாங்க. நீங்களே தெரிஞ்சுக்கப் போறீங்க. நான் ஏன் சொல்லணும்?"

அவள் விழிகள் டால் அடித்தன. முன் நெற்றியை அழுந்த வாரிய கூந்தலில் வங்கி படர்ந்தது.

இதுதான் எங்கள் முதல் பேச்சு.

இந்தத் தாக்கத்தைக் காதல் என்று குழப்பிக் கொள்ளா தீர்கள், ஆழ யோசிக்கிறேன். எனக்குக் கிடைத்த பதில், எனக்கும் விசாலத்துக்கும் இருந்த பந்தம் காதலே இல்லை. இது ஏதோ இரண்டு ஜீவன்கள் 'மூலம்' கண்டுவிட்ட விசாரிக்கமுடியாத உறவு. அதன் தீவிரம் அதிகரிக்கவுமில்லை. குறையவுமில்லை. இது திருட்டுத்தனமுமில்லை. இப்படியும் ஒன்று உண்டு என்று அறிந்து கொள்கிறோம். அவ்வளவுதான். சந்தேகத்துக்குரிய விளிம்பில், நாங்கள் பரிமாறிக் கொண்டதில்லை.

இந்த முதல் பேச்சு எங்களுக்கு ஒரு பொக்கிஷம். அதை மனம் தானே தன் பெட்டகத்தில் வைத்து மூடிவிடும். அதன் பத்திரத்தைப்பற்றி கவலையே வேண்டாம். உள்ளே மின்மினி மாதிரி நாம் அறியாமலே ஒளி பூத்துக்கொண்டு இருக்குமு. அதனால்தான்–அதற்காகத்தான் ஒருவரில் ஒருவர் வாழ்ந்து கொண்டிருக்கிறோம். இது ஒரு அர்ச்சனை.

நாங்கள் மொட்டைமாடியில் ஏறியாச்சு. விசாலம் என் பக்கத்தில் நின்று கொண்டிருக்கிறாள். குழந்தை மாதிரி அவள் விழிகள் ஒளி வீசிக்கொண்டிருக்கின்றன. ராஜவீதி விழி பிதுங்குகிறது. அதிர்வேட்டுகளோடு சாமி புறப்பட்டாச்சு. கோவிலின் சொர்க்கவாசல் வழியே உற்சவர் வாகனத்தின் மேல் தோன்றுகையில் மயிர்க்கூச்செறிகிறது. ஆடி அசைந்து வந்து பதினாறுகால் மண்டபத்தில் ஆயக்கால் போடுகிறது. தேங்காய்கள் உடைபடுகின்றன. மாலைகள் சொரிகின்றன. கற்பூர ஹாரத்தி, சுவாமி முகத்துக்கெதிரே காற்றில் ஓம் என்ற பிரணவத்தை எழுதுகிறார். கைலாசநாதருக்கு விசேஷ அலங்காரம். வில்லில் அம்பைப் பூட்டிய வண்ணம் உட்கார்ந்திருக்கிறார். விலையுயர்ந்த கற்களில், உலோகங்களில் அந்த அலங்காரத்தில் தகதகக்கின்றன. விசேஷ அலங்காரத்திற்கு தென்னாட்டிலிருந்து எவரையோ வரவழைத்திருக்கிறார்கள்.

பின்னலங்காரம் ஒரு தனி விசேஷம். ப்ருஷ்டபாகம் பொன்னில் பிதுங்கிற்று. சுவாமியை ஆயக்காலிலிருந்து தூக்கி மெதுவாக பதினாறுகால் மண்டபத்தைத் தாண்டுகை யில் உற்சவர் திடீரென்று சாய்ந்தார். வாகனமும் சாய்ந்தது. ஒரே ரகளை. தூக்கினவர்களில் ஒருவன் காலி.

புதுவாகனம் முதல் புறப்பாடுக்கு முதல் காவு வாங்கி விட்டதென்று பேசிக்கொண்டார்கள். விசாலத்தின் தங்கை கணவர் அப்படித்தான் சொன்னார். சுவாமியை அவசர அவசரமாகத் தூக்கிக் கொண்டு போய்விட்டார்கள். அப்போது அதில் சகுனம் படிக்க எனக்குத் தோன்றவில்லை. இப்போது தோன்றுகிறது. அதிலும் பலனில்லை. விசாலம் வந்த இடத்திற்குப் போய் சேர்ந்தாச்சு. சுவாமி கல்யாணம் பங்குனி உத்தரத்தின்போது நடக்கும் – அதற்குத் தனிப்பாங்கே உண்டு.

பெரிய காஞ்சீபுரத்தில் காமாட்சி அம்மனுக்குத் தனிக் கோவில். அங்கிருந்து சாயங்கால வேளையில் அம்பாள் புறப்படுவாள். இடையில் விஷ்ணு உற்சவர் சேர்ந்து கொள்ளு வார். எந்த உற்சவர் என்று இப்போது எனக்கு நினைவுக்கு வர மறுக்கிறது. காஞ்சீபுரத்தில் விஷ்ணுகோவில்களுக்குப் பஞ்சமில்லை. வரதராஜ பெருமாளே சின்ன காஞ்சீபுரத்தில் எழுந்தருளி இருக்கிறார்.

இரண்டு உற்சவரும் மெதுவாக நடைபோட்டுக்கொண்டு, ஏகாம்பரநாதரின் பதினாறுகால் மண்டபத்துக்கு வந்து நிற்க இரவு முதிர்ந்துவிடும்.

ஏகாம்பரநாதரின் உற்சவர் தன் முழு அலங்காரத்தில் சொர்க்கவாசலுள் நிற்பார். உபசாரங்கள் எல்லாம் பூரணமாக நடந்தபின் காமாட்சி அம்மன் மட்டும் புறப்பட்டு பெரிய கோவில் சொர்க்கவாசலை நோக்கிச் செல்வாள். விஷ்ணு பின்னால் தங்கி விடுவார். இந்தப் பாவனை தொண்டையை அடைக்கும். பிறந்த வீட்டை விட்டு ஹிமவான்புத்ரி ஹைமாவதி பர்வதராஜகுமாரி தன் பதியை சேர்ந்துவிட அவனை நோக்கிச் செல்கிறாள். ஏகாம்பர நாதரும் காமாக்ஷியும் சேர்ந்து கோவிலுள் சென்று விடுவார்கள். அவர்கள் போவதைப் பார்த்துவிட்டு விஷ்ணு தன் இருப்பிடத் திற்குப் புறப்பட்டுவிடுவார்.

அன்று இரவே கலியாணமா? அடுத்த நாளா? எனக்கு நினைவில்லை. நான் கலியாண உற்சவம் பார்த்ததில்லை.

இப்பவும் நினைக்கையில் மனம் கனக்கிறது. அதில் கஸ்தூரிப்பெட்டி திறந்து ஏதோ நுட்பமான விசனம். அதன் சௌந்தர்யம் என் உள்பூரா படருகையில் நான் மணக்கிறேன். மனம் உயர்ந்த தடத்துக்கு ஆசைப்படுகிறது. இந்தப் பாவனைகள், ஆராதனைகள் புராதனத்திலிருந்து நமக்கு உதவ முயற்சிக்கின்றன. ஆனால் யாருக்கும் கிடைக்கும் வாசனைதானே கிடைக்கும். நினைவில் ஊறப்போட்டு உணர்வது தவிர நமக்கு வேறு கிடைக்காது.

என் செயலாவது ஏதுமில்லை. ஈசா யாவும் உன் செயலே. இப்போது புரிகிறதா?

நான் ஐயம்பேட்டை திரும்பியதும் நான் பயந்தமாதிரி அப்பா கோபிக்கவில்லை. உனக்கும் மாறுதல் வேண்டாமா, ஆமாம் நீ இந்த ஸ்டாம்ப் பையில் இரந்து காசு எடுத்தாயா? நாலு ரூபாய் குறைகிறது.

'இல்லையேண்ணா' என்னுடைய மறுப்பே என்னைக் காட்டிக் கொடுத்திருக்கும். என்னைக் கொஞ்சநேரம் சிந்தித்தபின் "நான் கேட்கிறதுகூடத் தப்புத்தான். அதுவே ஓட்டை தவறி சில்லறைகள் விழுந்திருக்கும்" என்று தன் மனசைத்தானே சமாதானப்படுத்துவது போல தனக்கே பேசிக்கொண்டார். எனக்கு மனசை அறுத்தது. சந்தேகமில்லாமல் நான் திருடன்தானே. நான் அந்த இடத்தைவிட்டு அகன்றேன்.

விசாலாட்சியின் பேச்சு கலகலப்பாகிவிட்டது. ஒருவருக் கொருவர் முறுக்கிக் கொள்ளவில்லை. விசாலாட்சியின் அப்பா மாதம் இருமுறை வருவார். அவனைப் பார்ப்பதாக ஐதீகம். வாட்ட

சாட்டமாய் நல்ல சிவப்பாய் பட்டைத் தீட்டிய பஞ்சகச்சம். மேலே போர்த்திய பச்சை சால்வை. நல்ல சிவப்பு. வயதாகி விட்டாலும் நன்றாக இருப்பார். ஆனால் விசாலம் அவருடன் பேசுவதில்லை.

"என்ன உங்கப்பா வந்திருக்காரே கவனிக்கலையா?"

அவள் புருவங்கள் நெரிந்தன. மூக்கு சிவப்பிட்டது.

"பேமானி."

எனக்குத் தூக்கி வாரிப்போட்டது.

"அவர் குடும்பத்தையே கவனிப்பதில்லை. இந்த வயசில் அவருக்கு பொம்மனாட்டி ஷோக்கு. அவருக்கு சம்மதிக்கற வங்களும் இருக்காங்க. நாங்க பெண்கள் மூன்றுபேர். கல்யாணம் அவரா பண்ணினார்? அம்மா சொத்தை அழிச்சார். இன்னும் அழிக்க ஏதேனும் மிச்சமிருக்கிறதா என்று வேவு பார்க்க வருகிறார்."

நான் பேச்சைத் தொடரவில்லை.

வாய் அடைத்துப்போயிற்று. அவள் அப்பா வயணமில்லை. என் அப்பா Saint. நான் அவருக்கு லாயக்கா என்று குழப்பத்தில் என் வீட்டிற்குக் கிளம்பிவிட்டேன்.

சமீபமாக ஒவ்வொரு செவ்வாயும் மதிய சாப்பாட்டுக்குப் பிறகு விசாலம் காஞ்சீபுரம் போய், பிற்பகல் மூன்று மணிக்குத்தான் திரும்புகிறாள். ஏன் என்று கேட்டேன். பிரதி செவ்வாயும் ஒரு பக்தன் முருகக்கடவுளுக்கு மல்லிமாலை சாற்றுவதாக ஏற்றுக் கொண்டிருக்கிறானாம். அதற்காக மல்லிவாங்கப் போகிறாளாம். அவன்தானே மாலை வாங்கணும்? அவன் தறியில் இறங்கி விடுவதால் மாலை வாங்க சாத்தியமில்லை. "காசை வீசி எறிஞ் சால் யாரேனும் பூக்காரி கொண்டுவந்து கொடுக்கிறாள். நீ மெனக்கெடணுமா?" உங்கள் பட்டணத்துப் பழக்கமெல்லாம் இங்கு வேவாது. வீசி எறிய யாரிடம் காசு இருக்குது. எங்கிட்டே இருக்குதா? நான் ஏன் போறேன்னா பூவாக வாங்கினால் வீட்டுக்கு வந்து தொடுத்து முருகனுக்கு சாத்தினது போக எனக்கு ஒரு முழம் கிடைக்காதா, தவிர மத்தியானத்துலே நான் இங்கே என்ன வெட்டி முறிக்கிறேன்?"

ஒரு செவ்வாயில் அவளுடன் காஞ்சீபுரம் சென்றேன். பூக்கடை பெரிய காஞ்சீபுரம் பக்கத்திலிருக்கிறது. ஆடிசன் பேட்டையில் பஸ் இறங்கி, நடக்கணும் பட்டை வெய்யிலில் செமை நடைதான். பூக்கடை பட்டணம் போல கட்டடமல்ல. ஒரு மைதானத்தில் போர் போராகவும் கூடையிலுமாக வைத்துக் கொண்டிருப்பார்கள்.

ஆனால் அந்த இடத்தில் நுழைந்தவுடன் வெக்கை குளிர்ந்துவிடும். பூ கால் படியோ அரைப்படியோ வேண்டுதல்காரன் அனுமதித்தது எவ்வளவோ.

விசாலம் நன்றாக பேரம் பேசுவாள். அப்புறம் கொசிர். அதையும் கணிசமாக்கி விடுவாள். இந்தக் கொசிர் கோவில் மாலைக் கணக்கில் போவாது. அவள் விழிகளில் குறும்பு கூத்தாடிற்று. ஒரு வழியாக வெளியே வந்ததும் எனக்குப் பசி கிள்ள ஆரம்பித்துவிட்டது. "விசாலம், ஆடிசன்பேட்டையில் டிபன் சாப்பிடுவோமோ?"

சற்றுத் தயங்கிவிட்டு சொன்னாள்: "எனக்கும் தின்ன ஆசையாயிருக்குது. ஆனால் ஓட்டலில் ஐயன்பேட்டை யிலிருந்து யாராவது நம்மை சேர்ந்து பார்த்துட்டாங்கன்னா வேறே வினையே வேண்டாம். குருக்கள் பெஞ்சாதியை ஓட்டலில் பார்த்தேன். அப்புறம் இவங்க குடும்பம் நம்ம கோவில் பூஜைக்கு எப்படி லாயக்காவாங்க? ஆரம்பத்திலே பெரிசாயிருக்காது. ஆனால் இவங்க பொறியை விசிறிவிட்டு நெருப்பாக்கி விடறதுலே பொழப்புக்கே வத்தி வெச்சுடுவாங்க. வீட்டுக்குப் போனதும் உப்புமா கிளறிட்டாப்போச்சு."

ஐயன்பேட்டையிலிருந்து காஞ்சீவரம் போவ, ஐயன் பேட்டை மார்க்கம் வழி பஸ் லேசில் வராது. வந்த பஸ் திணறிக்கொண்டு வரும். அப்படியும் முன்னால் விசாலம் ஏறிவிடுவாள். Service ஆகியிருக்கிறதே!

இனிமேல் வீடு போய் மாலை தொடுத்தாகணும். இரண்டாம் வேளை பூஜைக்குத் தயாராகணும். அப்புறம் சமையல் நைவேத்ய சோறு ஆகிவிடுவதால் குழம்பு, ரஸம் சூடாயிருக்கணும். அவர்களுடைய உழைப்பு காரணமோ, இயல்பிலேயே நன்றாய்ச் சாப்பிடுவார்கள். நிறைய வைக்கணும். ராச்சாப்பாடு மணி பத்துகூட ஆகிவிடும். ஆனால் அது அவர்களுக்குப் பொருட்டில்லை. பகல் சாப்பாடு கோயில்கள் பூஜை முடிந்து, சோறு வந்த பிறகு ஒருமணிக்குத்தானே! வேளையில்லா நேரங்கள் அவர்களைப் பாதிப்பதில்லை பரம்பரையாக. அதுவும் கிராமத்துக் குருக்கள் குடும்பத்தின் பழக்கவழக்கங்கள் பிழைப்பு இப்படியே படிந்து போய் விட்டது.

இந்த சிரமம் நம் பெண்டிர் தாங்கமாட்டார்கள். ஒரு வேளை சமையல்தான். இரவு சாதம் புதிதாக வடிப்பதோ அல்லது மத்தியான சோற்றைச் சுடவைப்பதோ அத்தோடு சரி.

அவர்களுடைய T.V. தொடர், குமுதம், விகடன் கவலை யில் ராச்சமையல் எண்ணமே ஏது? இத்தனை ஏழ்மையிலும் உழைப்பிலும் ஒரு முழம் பூவுக்காக, விசாலத்தின் உற்சாகம் என்னை வெட்கவைக்கிறது. காசை வீசி எறிந்தால்—என்று சொன்ன அவசரத்துக்கு தலை குனிகிறேன்.

நான் கவனித்தவரை, நெசவாளர்கள் அநேகமாக முரக பக்தர்களாக இருக்கிறார்கள். பூர்வீகத்தில் இவர்கள் வீரபாகு முதலிய நவவீரர்கள் கத்தி வீச்சிலிருந்து நாடாவீச்சிற்கு எப் போது எப்படி மாறினார்கள்? குருவிக்கார ஜாதி, தேசிங்கு ராஜன் பரம்பரை இதெல்லாம் எனக்கும் இன்னும் மர்மம் தான். ஆனால், புராண, காவிய ஞானம் எனக்கு எப்பவுமே ஆட்டம் கண்டதுதான். என்னால் சாக்ஷிக் கூண்டு தாங்க முடியாது. அதற்கே நான் லாயக்கற்றவன்.

●

முன்னதும் பின்னதுமான நினைவுகள் வருகின்றன. தயங்கிவிட்டுப் போகின்றன – வேறு காக்ஷி மாற்றத்துக்கு.

மேற்கூறிய சர்க்கத்துக்கு முன்னால் ஒரு கட்டத்துக்குப் போகிறேன். போகிறேனா? வருகிறேனா? எனக்குக் குழப்பமா யிருக்கிறது. அப்போது சுந்தரம்மா – வைத்தியின் தாயார் உயிரோடு இருந்தார்.

ஒருநாள் மாலை அம்மா கையை முந்தானையில் துடைத்துக் கொண்டு "ராமாமிர்தம், நான் குருக்களாத்துக்குப் போறேன். நீயும் வர்ரையா?"

எனக்கு வலிக்குமா?

அவர்கள் வீட்டில் காணாததைக் கண்டமாதிரி வரவேற்றார்கள். மாமியே நேரே வருவது அவர்களுக்கு ராணியே நேரில் வருவது. ஆனால் ராணியை எங்கே பார்த்திருக்கிறார்கள்? அவர்களின் உற்சாகத்திற்கும், பெருமைப்படலுக்கும் ஒரு பேச்சுக்காகச் சொல்லுகிறேன்.

"சும்மாத்தான் வந்தேன். நாம பார்த்து நாளாச்சே! இந்த ஊரிலே நம் மாதிரி பேசிக்க யாரிருக்கா?"

வாஸ்தவம்தான், தங்களைத் தெற்கத்திக்கார மாமி தனக்குச் சமமாக ஏற்றுக்கொண்டதற்கு அவர்களுக்கு அவ்வளவு பெருமை. சந்தோஷம்.

"என்ன சாப்பிடறேள். உப்புமா கிளறச் சொல்லட்டுமா? ஏ விசாலம். வாயேன் யார் வந்திருக்கா பாரு. நாட்டுப் பெண் எங்களைவிடக் கொஞ்சம் மென்மையா வளர்ந்தவ. காரியம், சமையல் எல்லாம் நல்லா இருக்கும்." விசாலம் சமையலறையிலிருந்து வெளிப்பட்டாள். நெற்றி வியர்வையை முந்தானையால் துடைத்துக் கொண்டு, துடைத்த இடம் ஜெவஜெவ ஆகிக்கொண்டு அம்மாவைக் கண்டதும் நமஸ்கரித்தாள். என்னைக் கண்டுகொள்ளவில்லை. எனக்குச் சற்றுக் கோபம்தான்.

"என்ன மாமி! இவ்வளவு அழகாயிருக்காளே! என்னிடம் ஏண்டா நீயும் சொல்லல்லே?"

அம்மாவும் நடிக்கிறாளோ முழுநடிப்பாகவும் தோன்ற வில்லை.

"எல்லாம் உங்க ஆசிர்வாதம்தான். எப்படியும் உங்கள் மாதிரி ஆக முடியுமா? தெற்கத்திக்காராளே அவாள் நடை உடை பேச்சு, காரியம் எல்லாம் அது தனி. பெரிய கோயில் மண்டகப்படி முழுக்க நெய். அது போகட்டும். நீங்கள் காப்பியேனும் சாப்பிட்டுத்தான் ஆகணும்."

அவர்களுடைய காபி வாய்க்கு வழங்காது. அவர்களைக் குற்றம் சொல்ல முடியாது. ஆனால் இந்தப் பிரியம் கிடைக்குமா? அம்மா அவ்வளவு பிரியமாக, ஆர்வமாக, எப்படிக் குடிக்கிறாள்?

"மாமி நான் ஒண்ணு கேக்கறேன். சம்மதிப்பேளா? உங்கள் நாட்டுப் பெண்ணை என்னோடு அனுப்புவேளா? ஒருவாரம் எங்காத்தில் இருக்கட்டும்."

ஓ இதுதான் அம்மா இங்கே வந்த பிளானா?

சுந்தரம்மா அம்மாவின் இருகைகளைப் பற்றிக்கொண்டாள்.

"மாமி, நீங்கள் கேட்கவும் வேணுமா? இதுவே எங்களுக்குப் பெருமையில்லையா?"

"அப்படியில்லே நான் முறையா கேக்கணுமில்லையா, உங்கள் கோயில் காரியத்துக்குக் குந்தகமாயிருக்கக் கூடாதில்லையா?"

"ஒரு தடங்கலுமில்லை, நான் கவனிச்சுக்கறேன். இந்தக் குட்டி எவ்வளவு செய்ய முடியும், இப்போ வெட்டி முறிக்கறா மாதிரி கோயில் விசேஷங்கள் ஒண்ணுமில்லை. தாராளமா அழைச்சுண்டு போங்கோ."

வழியனுப்ப மாமியார் வாசலில் நிற்க, நாட்டுப்பெண் ஒரு புடவையைச் சுருட்டிக்கொண்டு கிளம்பிவிட்டாள்.

அம்மாவுக்குப் பெரிய வயது ஆகிவிடவில்லை. ஆனால் இப்பவே கம்பீரம் வந்துவிட்டது.

இந்த ஊர் பாங்கு நன்றாய்த்தானிருக்கிறது. நாங்கள் போவது நடுத்தெரு நேரே எங்கள் வீட்டில்போய் முட்டும்.

வடக்குத் தெரு கோடி குசவர் தெரு மேட்டுக்கு வளைந்து, விரிந்து இன்னும் நடந்தால் வள்ளுவப் பாக்கத்தைக் கடந்து மேற்குக்கோடி மூலையில் வாய்க்கால் தாண்டி இன்னும் சற்று நட அதோ பச்சையம்மன் கோயில் எல்லை தேவதை. மூர்த்தி சின்னதுதான். ஆனால் உக்ரஹம் எதிரே இரண்டு ராக்ஷச ஆண், பெண் பொம்மைகள். ஆளுக்கொரு கத்தி அவர்களின் காத்திரத்துக்குக்கேற்றபடி, நெட்டுக்குத்தாய் வைத்துக்கொண்டு அம்மனைக் காவல் காக்கிறார்கள். அவர்கள் பின்னால் இரண்டு ராக்ஷசக் குதிரைகள் சிலிர்த்த பிடரியும் சீறிய வாயும் துள்ளிய காலுமாய் நிற்கின்றன. மேலே வானம். கீழே பூமி. முகட்டில் வயல்களில் காற்று கதிர்கள் மேல் வீசுகையில் பச்சை சாமரம் வீசுகிறது. பிரும்மனின் ஓவியம் படபடப்பதைக் கண்ணை மூடிக்கொண்டு அதிசயத்தில் நெஞ்சைத் தொட்டுக் கொள்ளுங்கள்.

தெருவில் ஓரிருவர் அவர்கள் வீட்டுக் கொறடில் நின்றபடி கைக்கூப்புகிறார்கள். ஐயர் வீட்டு அம்மாவை அவர்கள் அடிக்கடி பார்த்ததில்லை. அம்மா பதிலுக்குப் புன்முறுவல் பூக்கிறாள். இம்மாதிரி பரஸ்பர மோனமுகமன் கிராமங்களில் அதிகமாகப் பார்க்கலாம். அதன் வழியில் அது அழகுதான்.

அம்மாவும் விசாலமும் கூடத்தில் படுத்துக்கொண்டார்கள். விசாலம் பூனைக்குட்டி மாதிரி சுருண்டுகொண்டு.

குள்ளி.

மறுநாள் காலை அம்மா முன்னையோ, பின்னயோ, விசாலம் குளித்துவிட்டு வாசல் தெளித்துவிட்டு, கோலமிட்டு விட்டு உள்ளே வந்தாள்.

அம்மா எல்லோருக்கும் காபி கலந்து கொண்டிருந்தாள்.

"வா விசாலம். காபி குடி."

லா.ச.ராமாமிர்தம் | 47

"அதுக்குள்ளேயா?"

"இதன் பேர்தான் காபி வேளை. அது அதுக்கு அதனதன் வேளை உண்டு. அப்பொத்தான் அதுக்கு அர்த்தம். ருசி. இது எங்கள் வழி. மாமாவுக்கு உடம்பு சரியில்லையா? அவரை இப்படித்தான் கவனிக்கணும்."

"ஆமாம், மாமி நான் அவருக்கு கொண்டுபோய்க் கொடுக்கவா?"

"அவர் இன்னும் எழுந்திருக்கவே இல்லை. பல்விளக்கி, சுதாரிச்சுக்கணும்."

"சரி, மாமி, நான் என்ன செய்யணும்? உலைநீர் ஏற்றவா?"

"நீ ஒண்ணும் செய்யக்கூடாது. சும்மா உட்கார்ந்திண்டுரு. இல்லாட்டா ஆனந்தவிகடன் படி. பழசுதான். ஒண்ணு ரெண்டு கிடக்கும். பசிச்சா மூலையிலே ஒரு கை பழையது இருக்கும். தயிர் ஊத்தறேன். சாப்பிடு. இட்டிலிக்கு மத்தியானம் நனைக்கலாம்."

"மாமி இந்தக் குருக்கள் கும்பலுக்கே பசி வேளையே கிடையாது. மத்தியான நிவேதனம் வந்துதான் சோறே!" கைகொட்டிச் சிரித்தாள். "இட்டிலிக்கு நான்தான் அரைப்பேன்."

"இப்போ அதைப்பத்தி என்ன தர்க்கம்? பெண்ணே இதபார். அங்கிருந்து இங்கே உன்னை வேலைவாங்கக் கொண்டு வரல்லே. ரெஸ்டாயிரு. பெண்ணாப் பிறந்துட்டு வேலைக்கென்ன குறைச்சல்? சரி, ஏதாவது பேசுவோம். உனக்கு எத்தனை உடன்பிறந்தார்மார்?"

– பேசிக்கொண்டே அம்மா களைவதற்கு முன் அரிசியைக் கல், நெல் பொறுக்க ஆரம்பித்துவிட்டாள் விசாலம்.

"பாத்திரம் எது? எவ்வளவு தண்ணிவைக்க? இல்லை மாமி முறைக்காதீங்கோ, மறந்துபோச்சு."

தவடையில் ஒரு கையால் மாறிமாறி.

"அடி அசடே அதெல்லாம் வேண்டாம். சரி சொல்லு உடன் பிறந்தாமார் எத்தனை?"

"ரெண்டு தங்கச்சிகள். அண்ணன் தம்பிங்க கிடையாது."

"அப்பா?"

"இப்பத்தான் காலமானார் ஒரு வருஷமாச்சு."

"அம்மா?"

“இருக்கா. வாயில்லாப்பூச்சி ஒண்டியாத்தானிருக்கா. கோயில் நிலத்திலிருந்து சாப்பாட்டுக்கு மட்டும் கொடுக்கறாங்க. வீடு கோயில் வீடு. பூஜையை வேறு ஆள் வந்து முறைபாத்துக்கறான். இது எங்கள் ஜாதிப் பழக்கம்.”

“நல்ல பழக்கம்தான். உன் தங்கைகள் உன் மாதிரி இருப்பார்களா?”

“இல்லை குண்டுங்க பெரியவன் நல்ல பருமன் இல்லே. வியாதி. பெரியகோயில் குருக்களுக்குக் கொடுத்திருக்கு. உங்கள் மூத்தபிள்ளை அவள் வீட்டுக்கு வந்திருக்காரு. நீங்க எப்ப வரப்போறீங்க? திருவாதிரை வெள்ளிக்கிழமை அதிகாரநந்தி நல்லாயிருக்கும் வாங்க.”

“பார்ப்பலாம். நான் வரதும் போறதும் என் இஷ்டத்தில் இல்லை. மார்கழி பனி இவருக்கு ஆகவே ஆகாது. பிறகு அதைப்பத்திக் கவலை என்ன?”

அம்மாவின் நிலைமையைச் சிந்தித்துப் பார்க்கிறேன். என் கண்கள் இப்பவும் நீர்த்திரை இடுகிறது. எனக்குத்தான் அம்மாவுக்கு இல்லை.

டாக்டர் (நாட்டுவைத்தியர்) அம்மாவிடம் அப்பப்போ சொல்வார்; “அம்மா உங்கள் மஞ்சள் கயிறு உரத்தில்தான் ஐயா வண்டி ஓடுது. நீங்க நல்லாயிருக்கணும்.” அவர் கிராமத்துக்கு வைத்தியர் மட்டுமல்ல. ஜோஸ்யர் கூட. அம்மா புன்னகை பூத்தபடி, சாமி படத்துக்குப் பக்கலில் ஒரு கண்ணாடியிருக்கிறது. குங்குமத்தை இட்டுக்கொள்வாள். Sticker அல்ல. மஞ்சளும் எலுமிச்சையும் சேர்ந்த சிவப்பு. எப்படிக் காத்தால் என்ன? வேளை வந்துவிட்டால் யாரும் தடுக்கமுடியாது. நியதி நமக்கு அப்பாற்பட்டது.

“சரி மாமி ஒண்ணு செய்யறேன். நான் இந்த வீட்டை அலம்பிவிடப் போறேன். நீங்கள் ஏதேனும் பதில் சொன்னால் நான் கேட்கப்போறதில்லை.” துடைப்பத்தையும் பக்கட்டையும் தூக்கிக்கொண்டு போய்விட்டாள்.

அம்மா புன்னகையுடன் குழம்பைக் கிளறுகிறாள்.

விசாலம் பார்க்க மெதுவாய்க் காட்டுகிறாளேயொழிய காரியத்தில் இறங்கிவிட்டால் வேறேயாகி விடுகிறாள். உட்கார்ந்து. ‘புருஸ்ஸை’ இழுத்து இழுத்துத் தேய்த்து தரை பளபளக்கிறது. அவளுக்கு முகம் சிவக்கிறது. ஏதோ உள் உவகையில் கண்கள் பளபளக்கின்றன. உழைக்கும் கரங்கள் சும்மாயிருக்க முடியாது.

மதியம் பனிரண்டுக்கு அம்மாவும் விசாலமும் சேர்ந்து உட்கார்ந்து சாப்பிட்டார்கள். "மாமி எனக்குக் கெட்ட பழக்கம் பண்ணி வெக்கப் போறீங்க. இந்த வேளைக்கு பசிக்கப்போவுது."

"அப்படி ஒண்ணும் கவலைப்படாதே. நமக்குச் சொன்னதைக் கேக்கற பசிதான். வைத்திக்கு நாழி கழிச்சு சாப்பிடறானே. அவனுக்குப் பசிக்காது?"

"ஒரு பருக்கை! மூச்சு விடமுடியாது. சாமி கைங்கரியம் ஆச்சே! சூரியன் உச்சி ஏறினப்போ, வர்றப்போ கண்ணிலே உசிர்வந்துடும். அப்போ ஒரு பிடி பிடிக்க வேண்டியதுதான் நாங்களும்தான். எங்களுக்கு வவுறு கொஞ்சம் பெரிசுதான்."

"வேலை செய்யலே? விதவிதமா சாப்பிடறீங்களா?"

"அது ஏது? ரஸமோ, குழம்போ, ஒரு பொரியல், சுடவெக்கக்கூட சோம்பல். அடுப்பை மூட்டி யாரு கஷ்டப்படறது?"

"வாஸ்தவம் விசாலம். இங்கே வந்து எங்களைப் பார்த்து சங்கோஜப்படாதே. வயித்துக்கு வஞ்சகம் பண்ணாதே. நாங்கள் எந்தக் கணக்கிலேயும் சேர்த்தி இல்லை. ஆனால் எங்கள் கிராமத்தில் நல்லா சாப்பிடறவங்க இருக்கா. எனக்கு அத்தை இருக்கா. நம்பினால் நம்பு. நம்பாட்டா போ. ஒரு கால்படி வெங்கலப்பானை க்ளோஸ் பண்ணிடுவா. இத்தனைக்கும் வேண்டியே இல்லேடி அம்மாப் பொண்ணேன்னு குறைபட்டுண்டே சாப்பிடுவா. ஏமாந்துபோய் எடுத்துண்டு போகப்படாது. எட்டு ஊருக்கு சொல்லிண்டு இருப்பா. நன்னா உழைக்கறவா நன்னா சாப்பிடறவா. அப்பொ எல்லாம் ரூபாய்க்கு பன்னிரண்டு படி அரிசி. வாங்க ரூபாய்தான் இல்லை. வாங்கவேண்டிய அவசியமும் இல்லை. சொந்த விளைச்சல். நாலு பேருக்கு போடறவா. வாங்கறவா இல்லை. வேலைக்குன்னு ஊரைவிட்டு வெளியே வந்துட்ட நாங்கதான் வாங்கித் தின்ன வேண்டியிருக்கு. வாங்கணும்னு ஆரம்பிச்சுட்டா, எல்லாத்திலேயும விதம்விதமா பிரிஞ்சு போயிடறது. அந்த நாளிலே டிபன்ங்கற வார்த்தையே கிடையாது. எப்பவும் பலகாரம்தான். பண்டிகையானாலும் சரி, கலியாணமானாலும் சரி, பலகாரம், பழையது, இட்டிலி, தோசை, அடை, அரிசி உப்புமா இதுதான் பண்ணுவா இப்பத்தான் ரவை, பூரின்னு வந்திருக்கு சப்பாத்தியாம்.

எனக்கு இன்னும் சரியா பண்ணவரல்லே. சமையலிலும் எல்லாம் வெந்த பண்டம். வதக்கத்தெரியாது. வதக்கினாலும் எண்ணெய்க்கும் உடம்புக்கும் கேடு.

இப்படி அந்த நாட்களைப் பற்றிப் பேசிக்கொண்டிருக்கிறாள்.

"எனக்கே ஊரைவிட்டு வந்தப்புறம் பதினெட்டு வயசுக்கப் புறம்தான் காபிப்பழக்கம். அவருக்கு இருபத்தி மூணுக்கப்புறம். முன்னால் தெரியாது. இங்கே பால் நன்னாயிருக்கு. அவருக்கு குளிருக்கு இதமா அவசியமாயிடுத்து."

"உங்க காபி எல்லாம் சேறாட்டம். நமக்கு ஜரிமானம் ஆகாது."

அந்த நாட்கள், அந்த மக்கள், அம்மா குரல் மந்திரமிடுகிறது. விசனமாகத் தெரியவில்லை. ஏதோ விரக்திதான் தெரிகிறது. நினைவில் அவை, அவர்கள் பவனி வந்து போகையில் அந்தச் சமயத்துக்கு நாம் அவர்களுடன்தான் வாழ்கிறோம். அவர்கள் இங்கு வரவில்லை. வரமாட்டார்கள். பரமபத சோபான படம். பெரிய நீண்ட ஏணி.

ஒரு சாயந்திரம் வைத்தி வந்திருந்தான். அந்தப் பக்கம் ஒரு பிள்ளையார் கோயிலிலும் சாயந்திரம் விளக்கேற்றி வைக்கும் முறையாம்.

அகமுடையாள் நினைப்பு வந்துட்டுதா?

"அப்படிச் சொல்ல முடியுமா? குருக்கள் ஜாதியில் ரெண்டு பேருமே கோயிலுக்கு வாழ்க்கைப்பட்டவாதான். பெரிய கோவிலானால் நிறைய முறையிருந்தால் ஆபிஸ்மாதிரி நடக்கும் குருக்கள்மார் கூட இருப்பா. சின்னக்கோவில் ஜகா வாங்கிடும். ஆம்படையாள் நினைப்பு இல்லேன்னும் சொல்லமுடியாது. ரெண்டுபேரும் சேர்ந்து செய்யறோமில்லையா? நைவேத்யம் அவதானே. மடி, ஆசாரம், சிரத்தைன்னு தனியா சாமி அலங்காரத்துக்கு, நைவேத்யதுக்கே வந்துடறது. ஏதோ நறுவிசா செய்யறோம்னு திருப்தியாத்தானிருக்கு."

"வைத்தி சாப்பிட்டுப் போயேன். அப்பா அம்மா காத்திண்டிருப்பாளா?"

"அப்படி ஒண்ணுமில்லை. அப்பா சுருக்கவே உடம்பை நீட்டிடுவார். அம்மாவுக்கு எனக்கு எடுத்து வெச்சுட்டு காரியத்தை சுருக்க முடிச்சிடுவாள். மோருஞ்சாதத்திலே எடுத்துவைக்க என்ன இருக்கு?"

"இங்கே சுண்டைக்காய் வத்தல் குழம்பு, கீரை மசியல். இரண்டு பேரும் சேர்ந்து உட்காருங்கோ போடறேன். இதிலே ஒரு ஆசை."

விசாலம் மறுக்கவில்லை. உடன் உட்கார்ந்து விட்டாள். வைத்தி ஒருகை பிடித்தான்.

“தெற்கத்தி சமையல் – அது தனிதான்.”

“தெற்காவது, வடக்காவது உன் பசிதான். உனக்குத் தெரிய வில்லை. வயிறு முதுகுடன் ஒட்டிண்டிருக்கறது. சாப்பிடற வயசில்லையா? உன்னால் முடிஞ்சால், நாளைக்காலை ஒருகட்டு அரைக்கீரை கொடுத்துட்டுப் போ.”

“அதுக்கென்ன? நாளைக்காலை நேரே கீரைப் பாத்தியிலிருந்து இரண்டு கைகளிலும் மார்போடு அணைத்துக் கொண்டு வந்து விடுவான். கேட்போரும் யாரும் கிடையாது. இதற்கெல்லாம் கிராமத்தில் எல்லோரும் இந்நாட்டு மன்னர்தாம்.”

●

சிவராத்ரியின் போது கைலாசநாதர் கோயில் அன்னாபிஷேகம். அந்த குருக்களுக்கு வைத்தி உதவிக்குப் போனான். நானும் வேடிக்கை பார்க்கப் போனேன்.

ராப்போது வழக்கமான கால பூஜைகளுக்குப் பிறகு பத்துமணிக்கு ஆரம்பித்து விடியற்காலை நான்கு, நான்கரை வரை அன்னாபிஷேகம் நீடிக்கும். தனித்தனி மண்டகப்படிக்குத் தனித்தனி அபிஷேகம். நைவேத்யம் ஆராதனை. வழக்கமான அபிஷேகங்களுக்குப் பிறகு (சிவன் அபிஷேகப் பிரியராச்சே! விஷ்ணு அலங்காரப்பிரியர்!) அன்னத்தை அடையடையாக இரண்டு குருக்கள்களும் லிங்கத்தின் மீது அப்பினார்கள். ஒரு அபிஷேகத்திற்கு ஒன்றரை மரக்கால் அரிசியேனும் வடிச்சு ஆகணும். அரிசியைப் பற்றி மண்டகப் படிக்காரருக்குக் கவலை இல்லை. அவன் ஏக்கரில் விளைந்த நெல்தானே! அபிஷேகத்துக்கு அபிஷேகம், தீபஆராதனை, நைவேத்யம் அர்ச்சனை தனி. ஒரு பத்து பதினைந்து நிமிடங்கள் பொறுத்து இந்த அன்னத்தைக் களைந்துவிட்டு அடுத்த மண்டகப்படி அன்னக்காப்பில் பார்க்கையில் லிங்கம் அழகாய்த்தானிருக்கிறது. மண்டகப்படிக்காரர் யாரும் வரவில்லை. அடுத்தநாள். கோர்ட் வியாஜ்யமாகவோ, வியாபார நிமித்தமாகவோ, காஞ்சீபுரம் போயாக வேண்டும். தக்ஷிணை அஞ்சு கொடுப்பானோ பத்து கொடுப்பானோ அதில் உதவி செய்யும் குருக்களுக்கு பங்கு கொடுத்தாகணும். கண்கள் திகுதிகுவென எரிந்து உடம்பு முறித்து போட்டாற்போல வலித்தது. ஒருகோவில் தூணுக்கடியில் சுருண்டு விட்டேன். வைத்தி தட்டி எழுப்பினபோது பொலபொலவெனப் புலர்ந்திருந்தது. கை நிறைய சுண்டலும் ஒரு பாத்திரத்தில் அன்னப்ரஸாதமும் வைத்தி கொடுத்தான்.

என் அன்னாபிஷேக அனுபவம் அப்படி.

ஆனால் எத்தனை சிரமப்பட்டாலும் வைத்தி எப்படி சமாளிக்கிறான்?

"நாங்களா சமாளிக்கிறோம்?" முறுக்கிய சவுக்கத்தால் முதுகு வேர்வையைத் துடைத்துக்கொண்டே, "எங்கள் ஏழ்மை சமாளிக்கிறது. குருக்கள் வம்ஸத்தின் பரம்பரை ஏழ்மை..."

ஆனால் வைத்தியிடம் சுவாமி மேல் தனிச் சிரத்தை தெரிந்தது. அவன் கோவில் முருகன்கோவில். பரம்பரையாய் அவன் தாத்தாவின் தந்தை காலத்திலிருந்து ஆராதிக்கிறார்கள்.

முருகன் சிவனுடைய நேர்ப்பிறப்புத்தான், நெற்றிக்கண் பொறியேதான் என்று சிவராத்ரி அன்னாபிஷேகத்தைத் தன் கோவிலுக்கும் இழுத்திருப்பான். ஆனால் விசாலம் திட்டவட்டமாய்த் தடுத்துவிட்டாள். "செலவுக்கு தக்ஷணைக்கேத்தபடி, துக்காணி பிரண்டாலே ஒழிய நம்மால் சமாளிக்க முடியாது. புராணத்தைப் புதுசா எளுதாதீங்க. இந்த மண்டகப்படிக்காரர்கள் தளத்தற துட்டுலே, பொங்கல்லே நெய்யைக் காணோம். முந்திரியில்லே – ஐய்யய்யா இவங்களோட மாரடிச்சு, என் பிராணனே போவுது..."

●

திங்கள் மாலை வைத்தி வந்துவிட்டான். இருவரும் அம்மாவை நமஸ்கரித்தனர். விசாலத்துக்கு அம்மா ஒரு புதுப்புடவை, ரவிக்கை, செண்டுமல்லி, தேங்காய், வெற்றிலை பாக்கு, பழம் கொடுத்து புடவையை அப்பவே கட்டிக்கொள்ளச் சொன்னாள். விசாலம் கொசுவம் வைத்துத்தான் கட்டிக்கொண்டாள். வைத்தி வாட்டசாட்டமாய் இரண்டடி முன்னால் போக விசாலம் குள்ளமாய் சிவப்பு மரப்பாச்சியாட்டம் தொடர இருவரும் போவதை நாங்கள் பார்த்துக் கொண்டிருந்தோம்.

"விசாலம் மேல உனக்கு என்னம்மா அவ்வளவு கரிசனம்?" என் குரலில் ஏளனமா லேசான பொறாமையா எது தூக்கி ஒலித்தது எனக்குத் தெரியவில்லை. தான் கண்டுகொண்ட மாதிரி அம்மாவும் காட்டிக்கொள்ளவில்லை. பதில் சொன்னாள்:

அவள் வயதில் என் வாழ்நாள் சந்தோஷமாயில்லை, ராமாமிர்தம், நாங்கள் ரொம்ப ஏழைகள். எனக்குப் பிறந்தகம், புக்ககம் என்று தனியாய்க் கிடையாது. என் அம்மாவுக்கும் கிடையாது. அப்பாவுக்குக் கெட்ட சகவாசம். கஞ்சா பிடிப்பார். அம்மாவுக்கும் அப்பாவுக்கும் ஒத்துக்கல்லே. அவள்

மணவாழ்க்கையில் பாதிக்குமேல் அண்ணா வீட்டுக்கு வந்துவிடுவாள். அங்கு மாமாவும் வளமாயில்லை. ஆனாலும் ராமண்ணாதான் அவளுக்குச் செல்லம். சீமதி தான் அவளுக்குச் செல்லத் தங்கை.

என் அப்பாவுக்கு அவருடைய சகோதரர்களிடம் மதிப் பில்லை. அவர் பாகத்தை அவர்களே பிரித்துக் கொடுத்து விட்டார்கள். எல்லாவற்றையும் விற்றுச் செலவழித்து அனாதையாக அவர் செத்தபின் அம்மா அஞ்சு குழந்தை களுடன் ராமண்ணாவுடன் தங்கிவிட்டாள். அவளும் எங்களை விட்டுட்டு செத்துப் போய்விட்டாள்.

மற்ற மாமன்மாரும் எங்கள் மேல் பிரியமாயிருந்தார்கள். ஆளுக்கு முறைபோட்டுக் கொண்டு எங்களை பராமரித்தார்கள். ஆனால் ஆயிரம் உறவுச் சோறானாலும் தருமச் சோறுதானே! ஆனால் அதுகூட இல்லாமல் நாங்கள் உயிர் வாழ்ந்திருக்க முடியுமா? என் அக்காவுக்கு அம்மா இருக்கும்போதே கலியாணமாயிடுத்து. நான் ராமண்ணா மகனையே மணந்து கொண்டேன். ஆகவே எனக்குப் பிறந்தகம், புக்ககம் எல்லாம் புக்கம்தான். அப்பாமேல், அவா மனுஷாமேல் எப்பவோ பிடிப்பு விட்டுப் போச்சு. தொடர்பும் விட்டுப் போச்சு.

இந்தப் பெண்ணைப் பார்க்கையில் எனக்கும் அவளுக்கும் பிரமாத வித்யாசம் தெரியவில்லை. இவள் கண்களிலும் ஒரு மலுங்கல் தெரியறது. எட்டு வயதிலேயே இவள் மாமியார் வீட்டுக்கு வந்தாச்சு. என்னவோ தோணித்து. இவளுக்குக் கொஞ் சநாள் பிறந்தகம் கொண்டாடினேன். அவள் சந்தோஷத்தில் நானும் ஒரு பங்கு அனுபவித்தேன். கிழவி சரியாத்தான் சொன்னாள் 'கொடிது கொடிது வறுமை கொடிது. அதனினும் கொடிது இளமையில் வறுமை.' அண்ணா தலையெடுத்த பின்புதான் வீட்டில் சிவராத்ரி, ஏகாதசிப் பட்டினிகள் குறைஞ்சு அப்புறம் அறவே நின்றுபோச்சு.

அம்மாவின் புன்னகை, துக்கத்தினும் வேதனையாயிருந்தது. எனக்குக் கண் துளும்பிவிட்டது. அவள் கைகளைப் பற்றிக் கொண்டேன்.

"அம்மா என்னை மன்னிச்சுடு. ஏதோ பழசை எல்லாம் கிளறிவிட்டேன்."

"கிளறுவதென்ன, நீயும் ஒருநாள் தெரிஞ்சுக்க வேண்டியது தானே! ஆனால் எங்கள் கஷ்டமெல்லாம் மறு சந்ததி நீங்கள் படணுமா?"

ஆனால் இந்தப் பாழாய்ப்போன வேலை ஒண்ணு கிடைக்கமாட்டேன்ங்கறதே.

●

ஒரு மாலை வைத்தி வீட்டிற்குப் போனால் வைத்தி விசாலம் இருவரையுமே காணோம். விசாரித்ததில் சுந்தராம்பா சொன்னாள்: "இங்கிருந்து பத்துகல் தூரத்தில் வாடாதவூரில் சிவன் கோவிலைப் பார்த்துக்கொள்ளப் போய்விட்டார்கள்."

"சொல்லிண்டு போகாமல்கூடப் போய்விட்டார்களே?"

"அந்த தர்மகர்த்தாக்கள் அப்படித்தான். காலில் கஞ்சியை வடித்துக்கொண்டு வந்தாங்க. இன்னிய சாயந்தரத்து பூஜைக்கே ஆளில்லையாம். இதாம்பா குருக்கள் பொழைப்பு. கிடைச்சதை அப்பவே பத்திக்கணும். கொஞ்ச நாளாவே வைத்திக்கு முருகன் கோயிலில் நிர்வாகஸ்தர்களின் நடத்தையும் அலட்ஷியமும் ஒத்து வரலே. அமாவாசை அன்று உண்டிப் பெட்டியைத் திறந்து கிடைத்ததை சம்பளமாகக் கொள்ள வேணுமென்றால் அது எப்படி சரிப்பட்டு வரும்? அவர்களிடம் வைத்தி பளிச்சென்று சொல்லிவிட்டான். அவங்க கிணுங்குவதாகத் தெரியவில்லை. இது என்ன பெரிய கோயில்னு நெனைச்சுட்டீங்களா? பதில் 'எனக்கு ஏகாம்பரநாதரை விட நம்ப முருகக்கடவுள்தான் முக்கியம். என் முழு பூஜையையும் நிம்மதியாய் செய்ய விடமாட்டேங்கறாளே.'

'உங்க தாயாதி குருக்களே இந்தக் கோயிலை ஏற்றுக்கொள்ள போட்டியாக நிக்கறாங்க!'

'சரி வெச்சுகிட்டு நடத்திக்கோங்கோ. முருகன் எங்கேயாவது எனக்குப் படியளந்து வெச்சிருக்கமாட்டானா?'

"சொல்லிவெச்சாப்போல இவங்க அன்னிக்கு மத்யானமே வந்துட்டாங்க. ஆனால் முருகனுக்கு அவா வஞ்சனை செய்யலை. இந்தச் கோயிலை தலைமுறையாக செய்கிறோம். முருகன் திரும்பி எங்களை அழைச்சுப்பான். எங்களுக்கு நம்பிக்கை இருக்குது."

அப்புறம் நீங்களும் போயிடுவீங்களா?

"அது நடக்காத காரியம். அவனவன் பொழைப்பு அவனவனுடையதுதான். இவங்க அப்பாக்கு நாலு பிள்ளையார் கோயில் இருக்குது. அதை கவனிப்பார். ஏதாவது ஒண்ணு ரெண்டு அர்ச்சனை வரும். அமாவாசை தர்ப்பணம், திதி. புரோகிதம்" குருக்கள்தானே? அப்புறம் மாசச் சம்பளம் இங்கெல்லாம் என்ன

தட்டுகெட்டுப் போவுது. களத்து மேட்டுல வருஷத்துக்கு அளக்கற நெல்தானே? அதனால பானைல இருக்கற நெல்ல வெச்சுகிட்டு சமாளிக்க வேண்டியதுதான். அப்புறம் கைமாத்து, கடன், வைத்திக்கு மூத்தவன் சங்கரன் வந்தால் போனால் ஏதேனும் கொடுப்பாங்க. அப்படிக் காலத்தைத் தள்ளவேண்டியதுதான். தாயாதியே குழி பறிக்கிறானே. நாங்க என்ன செய்ய முடியும்?

அவர்கள் பிழைப்புக்கு இரங்குவதா சிரிப்பதா தெரியவில்லை. ஆனால் அவர்கள் கவலைப்படுவதாகத் தெரியவில்லை. ஆண்டவன் விட்ட வழி என்று விரக்தியாகவும் இல்லை. ஆண்டவன் வழியை விடத்தான் செய்கிறான். இந்தச் சின்னக்கோவில் குருக்கள்மார்கள் இப்படி தினசரி சோதனைகளுக்குப் பழகிவிட்டார்கள் என்றுதான் நினைக்கவேண்டி இருக்கிறது.

கலைய வேளை வந்துவிட்டது என்று நினைக்கிறேன். சித்தப்பா அவசரமாய் என்னைப் பட்டணத்திற்கு வரவழைத்து எனக்கு வாஹினி ஸ்டுடியோவில் தட்டெழுத்து வேலை வாங்கித் தந்தார். சம்பளம் சுளையாய் இருபத்தி ஐந்து ரூபாய்கள். வேலை முதுகு நரம்பு கழண்டது. முதல் ஞாயிற்றுக்கிழமை நான் போகவில்லை. அடுத்தநாள் போனால் ஏக வசவு. “நீங்களெல்லாம் என்ன கெசட்டட் ஆபீசர்ங்களா? ஞாயிற்றுக்கிழமை வரமாட்டீங்களா? இது சினிமா கம்பெனி ப்ரதர்.”

அடுத்த ஞாயிறிலிருந்து இரண்டு மணிக்கு விட்டுவிடுவார்கள். ஒரு சமயம் என் பாட்டியின் உடல்நிலை கெடுபிடி ஆகிவிட்டது. காஞ்சீபுரம் போக அனுமதி கொடுத்தான். பாட்டிக்கு நினைவு தப்பிவிட்டதே தவிர உயிர் போகவில்லை. நான் காத்திருக்க முடியாது. பாட்டி ரொம்ப கஷ்டப்பட்டவள். ஆனால் உயிர்மேல் உடலின் பிடி கெட்டி இம்மி இம்மியாகத்தான் ஒடுங்குகிறாள். ஆனால் நான் இருக்க முடியாது. அன்று மாலையே பட்டிணம் திரும்பிவிட்டேன். அடுத்தநாள் காலையே காஞ்சீபுரத்தில் இருந்து ஆள்வந்துவிட்டான். அப்போதெல்லாம் தந்தி, டெலிபோன் இப்போதுபோல் கிடையாது. என் மேனேஜரிடம் போனபோது சுள்ளென விழுந்தார். “ஆமா உங்க வீட்டுல வேறவேலை என்ன? இன்னிக்குப் பாட்டி செத்துப்போவாள். நாளைக்கு இன்னொருத்தன், இஷ்டமிருந்தா வேலைபாரு. இல்லாட்டி போயிடு.” அவன் சுலபமாய் சொல்லிவிட்டான். நான் போக முடியுமா? அப்புறம் என்ன தோன்றிற்றோ தெரியவில்லை. “போ, போ” என்று தானே கூப்பிட்டு அனுப்பிவிட்டான். இப்போது யோசித்துப் பார்க்கிறேன். எந்த தினுசில் குருக்கள்

பிழைப்பைவிட என்னுடையது தேவலை? அவரவர்க்கு அவரவர் விரல் வீக்கம்.

என்க்கு இப்போதெல்லாம் அடிக்கடி விசாலாட்சி வைத்தி நினைப்புவரத் தொடங்கிவிட்டது. பார்த்து ஆறு மாதங் களுக்கு மேலாகிவிட்டது. ரொம்ப அபூர்வமாக ரெண்டுநாள் சேர்ந்தாற்போல் விடுமுறை கிடைத்தது. நான் வாடா(த)வூருக்கு பஸ் ஏறிவிட்டேன். பஸ் ஸ்டாப்பிலிருந்து வயல் வரப்பின்மேல் மூன்று மைல் நடந்து செல்லவேண்டும். நன்றாக இருட்டி விட்டது. ஈஸ்வரோரக்ஷது.

வாடாதவூர் அப்போது எனக்கு ஒரு Fairy land மாதிரிதான் தோன்றிற்று. வெகு நாட்களுக்கு முன் வறட்சியாக இருந்தபோது ஔவைக்கிழவி பசியோடு அங்கு வந்தபோது அந்த ஊர்மக்கள் அவளுக்கு வயிறார உணவிட்டு உபசரித்தார்களாம். கிழவிதான் கூழுக்குப்பாடி ஆயிற்றே. இந்த ஊருக்குக் கஷ்டமே வரக்கூடாது என்று ஆசீர்வதித்துப் போய்விட்டாள். அதிலிருந்து வேளாவேளைக்கு மழைக்குப் பஞ்சமில்லை. பயிருக்குக் கஷ்டமில்லை. வெய்யிலும் கொடுமையில்லை.

நான் விசாரித்ததில் வைத்தி வீடு ஒரு மேட்டிலிருக்கிறது. புல்லைக்கையால் பிடித்துக்கொண்டு ஏறினேன். எதுவேணு மானாலும் என்னைப் பிடுங்கி இருக்கலாம். வைத்தி வீட்டில் கதவை மூடி விட்டார்கள். நாழியாகவில்லை. தட்டும்படி ஆகிவிட்டது. வைத்தி லாந்தரை என் முகத்துக்கெதிரே நீட்டினான். வெட்கம், ஆச்சர்யம், சந்தோஷம் மூன்றும் குழைந்த சிரிப்பில் அவன் கண்கள் பளபளத்தன. நான் பழையசாதம் போதும் என்று கண்டிப்பாய் சொல்லிவிட்டேன். அந்தப் பழையதின் ருசியை அதனுடன் வட்டித்த அன்பை இப்போது நினைத்தாலும் கண்களில் துளும்புகிறது. அந்தப் பாதி இருட்டில் விசாலாட்சியின் நிறம் ஜொலிக்கிறது. உள்ளே இருந்த ஒரு கயிற்றுக் கட்டிலை எனக்கு விட்டுவிட்டு அவர்கள் கீழே படுத்துவிட்டார்கள். ஆனால் எனக்குத் தூக்கம் சரியாக வரவில்லை. ஏதேதோ யோசனை. நல்லதும் குழப்பமாகவும் சேர்ந்து, நள்ளிரவில் இதுபோல் ஓடி வந்திருக்கிறேன். இது இவள்மேல் காதலா? இன்னும் அலசிக் கொண்டிருக்கிறேன்.

அப்போது பதில் சரியாகக் கிடைக்கவில்லை. இப்போது தெரிகிறது.

“விசாலாட்சி மேல் இது காதல் இல்லை.”

வாழ்க்கையில் முதன்முதலாய் பார்த்த உடனேயே சிலபேர் மேல் இனம் தெரியாத பாசம் ஏற்பட்டுவிடுகிறது. வெறுப்பும் அப்படித்தான். போகப்போக உறவு அவர்களுடன் நெருக்கம் ஆகுகையில் ஆரம்பத்தில் கண்ட உணர்வு ஊர்ஜிதமாகிறது. அவர்களுடைய குணங்கள் குற்றங்களுக்கும் இந்த உணர்வுக்கும் சம்பந்தம் கிடையாது. "என்னமோப்பா எனக்குத் தெரியலை எனக்கு அவளை பிடிச்சுப்போச்சு" – என்று சொல்லுகிறோமல்லவா? இது நட்பு. காவிய காலத்திலிருந்தே இந்த உறவு இயங்கிக் கொண்டிருக்கிறது. விருப்பத்துக்கு உதாரணமாக ராமனும் ஹநுமனும். விரோதத்திற்கு துரியோதனனும் பீமனும் காலம் முற்ற முற்ற இந்த உறவின் உக்ரஹம் நீர்த்துப்போய்விட்டது என்றாலும் இன்னும் அழிந்து போய்விடவில்லை. இது ஓர் ஆணுக்கும் பெண்ணுக்கும் இடையில் நேர்கையில் அதன் சிலிர்ப்பை மறுக்க முடியவில்லை.

கலைந்த தூக்கத்திலிருந்து நான் விழித்தபோது நன்றாகவே விடிந்திருந்தது. கிரணங்களின் பொன் வீட்டினுள் எட்டிப் பார்க்க ஆரம்பித்துவிட்டது. கண்ணைக் கசக்கிக் கொண்டு சுற்றும் முற்றும் பார்த்தேன். அப்பவும் ஒரே அறைதான். அது ஒரு அறைகூட இல்லை. நாலு பக்கங்களிலும் தடுப்பு. கண்ணைக் கசக்கினாலும் again dream land.

விசாலம் அடுப்படியில் வேலையாயிருந்தாள். வைத்தி போயாச்சு. நான் எழுந்து வெளியே வந்தேன். எனக்குப் பல் விளக்க தண்ணீர், நஞ்சன்கூடு, இப்போது தெரிந்து இவர்கள் கோவிலுக்கு உள்ளேயே வாழ்ந்து கொண்டிருந்தார்கள். பிராகாரத்துக்கு வெளியே அகன்ற நிலத்தில் மதிலுக்கு உட்புறம் ஒரு சுவரால், மற்ற மூன்று பக்கங்கள் ஒற்றைக்கல் சுவர்களால் அவைகளுக்கு மேல் ஏதோ கூரை என்று பெயர்.

வெய்யிலுக்குத் தடுப்பு. மழை வந்தால் தாங்குமோ தாங்காதோ, அப்போது வேறு ஏற்பாடு ஆகுமோ என்னமோ, அவரை, புடலை என்று பயிர்ப்பந்தல் விசாலத்தின் வேலையாயிருக்கும். சூரியனின் தங்கத் தாம்பாளம் ஜொலித்துக்கொண்டு என்னை வரவேற்றது. ஆகாய நீலம். பூமியின் பகமை. காலை வேளையின் உற்சாகம். இயற்கையின் இதழ் அவிழ்தல் – இவை எல்லாம் நினைவில் அன்றி வேறு எங்கே பார்க்கப்போகிறேன். என் பின் சந்ததிகளுக்கு அதற்கும் வாய்ப்பில்லை. அதில் அவர்களுக்கு நாட்டமும் இல்லை. அதுதான் என் பெரிய துக்கம். ஆஸ்கார் வைல்ட் சொல்கிறான்: "It is better to have loved and lost than never to have loved at all."

வறண்ட மனம் எவ்வளவு பயங்கரம்! அழகைப் பார்க்கும் ஒவ்வொருமுறையும் ஒரு தரிசனம்தான். மனம் எங்கோ நழுவிவிடுகிறது. ஒன்றைத் தொட்டு ஒன்று தன்னைத்தானே நிரப்பிக்கொள்கிறது. தேடல் தத்துவமே என்ன? பிறப்பின் நோக்கமே என்ன? தன் முழுமைதான். என் முழுமை கிட்டும் எதார்த்தமாகுமா? ஆனால் யதார்த்தத்திற்குச் சிதைக்கும் வினை ஆச்சே. இது என் தலைவிதியாகப் போச்சு. எப்பவும் முரணாக எண்ணங்கள் ஒரே சமயத்தில் மோதிக்கொள்ளும் லேசாய் நெஞ்சை அடைக்கிறது.

"என்ன எங்கள் குடித்தனத்தைப் பாக்கறீங்களா?"

திடுக்கிட்டாற்போலத் திரும்பினேன். விசாலம் கையில் டம்ளருடன் நின்றிருந்தாள். தலை ஈரம் காயவில்லை. அவள் புன்முறுவலில் இந்த இடம் வேளையுடன் அதன் யக்ஷிணி போல வெகு இயற்கையாக இணைந்திருந்தாள்.

"இது நல்ல இடந்தான். ஜனங்கள் கொஞ்சமாய் இருந்தாலும் நல்ல மனுஷாதான். கோயிலை எப்படியோ பெரிதாய்க் கட்டி விட்டார்கள். சிவன்கோயில் இடம் இப்ப பேமசாய் இருக்குது. ஓடு போட்டுத் தரேன்னு சொல்லி இருக்காங்க. போகப் போகத்தான் தெரியும். மழைக்காலம் நெருங்குது. பூச்சி பொட்டுக்குக் குறைவில்லை. பிழைப்பை ஆண்டவன் இங்கே முடிச்சுப் போட்டிருந்தால் என்ன செய்யறது? புதுசாய்ப் பழகிக்க வேண்டியதுதான். பால், தயிர் சும்மா கொடுக்கறாங்க தினம் ஒரு மரக்கால் அரிசி."

"அப்படி ஒண்ணும் மோசமில்லை போல இருக்கே?"

"ஆனால் துட்டு என்று தனியாப் பாக்கமுடியாது. இது ஒரு ஒதுக்குப்புறமா போயிடுச்சு. இவருக்குப் புடிக்கலை. அவருக்கு அவருடைய முருகன் தான் வேணும். ஆமா என்ன நீங்க எனக்கு நவராத்திரிக்குப் பணம் அனுப்பிச்சீங்க?"

"அனுப்பக் கூடாதா? நவராத்திரி கார்த்திகை, சங்கராந்தி சமயங்களில் மஞ்சள் குங்குமத்துக்கென்று உடன்பிறந்தான் மாருக்கு அனுப்புவதுண்டு."

"அதுக்காக அஞ்சு ரூபா, பெரிய துட்டு இல்லையா?"

"நான் உதட்டைப் பிதுக்கிக்கொண்டு சிரித்தபடி கையை விரித்தேன்."

இதுசாக்கில் இப்பவே சொல்கிறேன். அன்று ஆரம்பித்த இந்தப் பழக்கம் விசாலத்தின் கடைசி நவராத்திரி வரை தொடர்ந்தது. அதற்கு அடுத்து வந்த கார்த்திகைக்கு ஏன் தீபாவளிக்கு உள்ளேயே மறைந்து விட்டாளே. எனக்கு அவள் இறந்த சேதிக்குத் தந்தி அனுப்பிய முகவரியே, முன்பு நான் அனுப்பியிருந்த மணி ஆர்டரிலிருந்து கண்டுபிடித்த முகவரிதான் என்று வைத்தி சொன்னான். அந்த ஐம்பது ரூபாயையும் மணி ஆர்டர் கூப்பனையும் பெட்டிக்கடியில் போட்டு வைத்திருந்தானாம் என்று கண்ணன் சேதி கொண்டுவந்தபோது எனக்கு அழுகையே வந்துவிட்டது.

ஒரு தடவை பேச்சோடு பேச்சாய் சகஜமாய் நான் அவளைக் கேட்டேன். “விசாலம், உனக்கு இப்போ அம்பத்தஞ்சு வயசாகப் போவுது. எவ்வளவு பணம் சேர்த்து வெச்சிருப்பே!”

அவளை அப்படிக் கேட்கும்போது என் வயது அறுபது.

“உனக்கு என்ன வருமானம்?”

அவள் பரிவட்டத்தில் பட்டு நூலை நூத்துக்கொண்டே “வருமானமா? எனக்கேது? வாராவாரம் காஞ்சீபுரம் போய்வரேனே. அந்த முழம் மல்லி. நீங்க மஞ்ச குங்குமத்துக்கு வருஷத்துக்கு மூணுதடவை இணுதடவை அனுப்பறீங்களே அதுதான்.”

எனக்கு ஆச்சர்யமாயிருந்தது.

“வைத்தி ஒண்ணும் கொடுக்கமாட்டானா?”

“அவருக்கு அந்தப் பழக்கமில்லை. சேர்த்து வெச்சு வட்டிக்கு விடுவார்.” அவள் குற்றமாய் சொல்லவில்லை. “இப்ப இந்த கோரா நூற்கறேன். இதுவும் வீட்டுக்குத்தான்.” அவள் பேச்சில் வருத்தமுமில்லை சந்தோஷமுமில்லை.

“வருஷத்துக்கு ரெண்டு புடவை, சாப்பாடு, பலகாரம் இதுதான் நான் கண்டது. இதுக்கு மேல்தான் என்ன வேணும்? இந்த வீடுதான் என் வீடு. சொந்த வீடு.”

இது ஒரு மாதிரியான அநாதை நிலை. அநாதைக் குரல்.

அம்மா இவளிடம் தன்னை அடையாளம் கண்டு கொண்டதில் ஆச்சர்யம் இல்லை. பெண்கள்பாடு. அதில் எப்போதுமே ஒரு சோகம். சோகத்தின் கவித்வம் ஓடிக் கொண்டேயிருக்கிறது. தாய் வீட்டைத் துறந்து கணவன் வீட்டிற்கு வந்து விடுகிறார்கள். தாய்மை அடைந்ததும் இன்னும் தனி

ஆகிவிடுகிறார்கள். இயற்கையும் அவர்களை மனரீதியாகவும், தேகரீதியாகவும் பக்குவப்படுத்தி விடுகிறது. சுயநலமும் ஆன்மிகமும் எதிர்மறைகள் கலந்த ஒரு நிலையை அடைந்து விடுகிறார்கள். ஆச்சர்யம்தான்.

●

வைத்தி கோயிலுக்குள் அழைத்துச் சென்றான். தூண் களுக்கிடையே இருள் தேங்கிய மருட்சி கண்டு, விளக்குகள் எரிந்து, அணைந்து எண்ணெயில் திரி தீய்ந்து அணைந்த வாசனையை நுகர்ந்து ரொம்ப நாளாச்சு. இதுதான் அசல் கோவில் வாசனை. இவ்வளவு சிறிய கிராமத்திற்கு இந்தக் கோவில் பெரிசுதான். "வெளியில் போய் காட்டட்டுமா? கிராமத்தைப் பார்க்கிறாயா?" என்று வைத்தி கேட்டான். இருக்கும் நேரத்தை இவர்களிடமிருந்து பிரிந்து, வீணாக்க எனக்கு மனமில்லை. ஏதோ சாக்கு நழுவிவிட்டேன். வடை பாயசத்துடன் குடிசையுள் தலையில் சூரியனிட்ட நிழல் கோலத்தில் சாப்பாடு. பிறகு சின்ன – நல்ல உறக்கம். Fairy land.

எனக்கு இவ்வளவு வயசாச்சு. நாள் இவ்வளவு சுருக்கக் கரைந்து போகிறதே என்ற ஏக்கம். கானல் அதிகம் தெரியவில்லை. நாளைக்கு லீவு போட்டு விடலாமா? சே! எண்ணத்துக்கே இடம் கொடுத்தல் கூடாது. வேலையில் மண் விழுந்துவிடும். மஞ்சள் வெய்யல் மெதுவாக சுவரேறி பொன் ஆவது எவ்வளவு அழகாய் இருக்கிறது! விசாலாட்சி அவரைக்காய்களைப் பறிக்கிறாள். கிராமம், கோபுரத்தின் நிழல் இவைகள் கொஞ்சநாளைக்கு மனதிற்கு ஊட்டத்தையும், ஏக்கத்தையும் கொடுத்துக் கொண்டிருக்கும்.

விசாலாட்சி உள்ளிருந்து அழைத்தாள். "உள்ளே வாங்க. இருட்டிப்போச்சு. நீங்க இனிமே வெளியே தங்கினால் உங்க அம்மா அப்பாவிற்கு நான் ஜவாப் சொல்லணும்." வைத்தி உள்ளே உட்கார்ந்தபடி புழுங்கினான்: "எனக்கு இந்த இடம் புடிக்கலை. முருகன் கோயில் மாதிரி இல்லை இது. முருகன் என்னை நிச்சயம் அங்கே அழைச்சுப்பான் என்ற நம்பிக்கையில்தான் நான் இங்கே இருக்கிறேன். எத்தனை அபிஷேகங்கள். எத்தனை அர்ச்சனைகள். நானே இழுத்துப் போட்டு செஞ்சிருக்கேன். அதெல்லாம் வீணாயிடுமா? அவன் அழைக்கிற வேளைக்குக் காத்திருக்கேன். ராமாமிர்தம் கொஞ்சம் பாடேன். கேட்கலாம்."

ஆம், நானும் பாடுவேன். நன்றாய் பாடுவேன். அவர்கள் வீட்டிற்கு நவராத்ரிக்கு பாடி இருக்கிறேன். நவராத்ரி என்றால் கொலு கிடையாது. வைத்தியின் தகப்பனார் ஒரு ராஜராஜேஸ்வரி விக்ரஹத்தை வீட்டில் ஆராதனை செய்து கொண்டிருந்தார். முன்னோர்கள் காலத்தில் இருந்தே செய்யும் பூஜை இதற்குத் தனியாக நைவேத்யம், நவராத்ரியின் போது சற்று அலங்காரம் கூட இருக்கும்.

வைத்தியின் அப்பா நொண்டி குருக்களுக்குப் போகப் போக இந்த பூஜையை பண்ண முடியவில்லை. வைத்தி கொஞ்சநாள் செய்து கொண்டிருந்தான். பிறகு அவனாலும் தொடர முடியவில்லை. என் நாளிலேயே அந்த விக்ரஹம் அதன் விமானத்தோடு அவர்கள் வீட்டுச் சமையலறையில் ஒரு இருட்டுமூலையில் கிடந்தது. இப்போது வைத்தியும் போயாச்சு. எங்கே உருண்டு கிடக்கோ. பேச்சோடு பேச்சாக சொல்லவந்தது சிந்தனையைத் தூண்டுகிறது. சிரத்தை என்பதற்கு அடிப்படையான அர்த்தமும் ஆயுசும் என்ன? ராமச்சந்திர குருக்கள் (வைத்தியின் அப்பா) ஏன், அக்ரஹாரத்திலேயே எல்லா குருக்கள் குடும்பமும் ஏழைதான். ஆனால் நவராத்ரி சமயத்தில் குருக்கள் தன் சக்திக்கு மீறித் தான் வீட்டில் கொண்டாடினார். நவராத்ரியில் ஒருநாள் காஞ்சீபுரத்திலிருந்து யாராவது பாட வருவார்கள். நைனாப் பிள்ளையின் சிஷ்யனின் சிஷ்யன் என்று சொல்லிக்கொள்ளுவார். பக்கவாத்யங்களுடன் வரவழைப்பார்கள். அவன் சிஷ்யனா இல்லையா என்று நான் சந்தேகிக்கவே இல்லை. சிஷ்யனாகவே இருப்பான். இருந்தான். இருக்கட்டும். ஆனால் துரத்திவிடப்பட்ட சிஷ்யனாய்த்தானிருந்தான். அதுகூட முக்யமில்லை. நைனாப் பிள்ளை என்ற பெயர் சம்பந்தம் இருக்கிறதே அதுதான் மவுசு. அவனுக்கு சாப்பாடு என்ன? வண்டிச்சத்தம் என்ன? கைச்செலவுக்குப் பணம் கொஞ்சம்தான் என்றாலும் குருக்களால் இயன்றது அவ்வளவுதான். இப்படி எல்லாம் அல்ப சந்தோஷம் அனுபவித்த எளிய மக்களை நாம் இனி காண்போமா?

ஒருநாள் தற்செயலாக சுந்தராமாமி என்னைப் பாடச் சொன்னாள். நான் பிகுபண்ணிக் கொள்ளாமல் பாடினேன். ஒரு பாட்டு என்பது ஒன்பது பாட்டாகி கச்சேரி நீளம் ஆகிவிட்டது.

“நாம் காஞ்சீபுரத்திலிருந்து யாரையும் வரவழைத்திருக்க வேண்டாமே. அதைவிட நன்றாய் இருக்கிறதே” – இது வைத்தி.

நொண்டி குருக்கள் செவிட்டு குருக்களும் கூட. நான் பாடினதெல்லாம் அவர் அனுபவித்திருக்கவே முடியாது. நொண்டி

(வாதம்), செவிடு (பிறவி), குருடு (வயசு) உடைந்த கண்ணாடிகளை நூலில் கோர்த்துக் காதில் சுற்றிக் கொண்டிருப்பார்.

குருக்கள் ஆசிர்வதிக்கிறார். "எல்லாம் அம்பாளுடைய பிராசாதம்தான்." என்னுள் பெருமிதம் பொங்குகிறது. இந்த சமயத்தில் நான் ஒன்று சொல்வது அவசியமாகிறது. கண்ணன் கேட்கிறான்: "இது என்ன சரித்திரமா? நாவலா? கட்டுரையா? சிந்தனைத் தொடரா? விசாலாட்சியின் சரித்திரமா? எதுவும் தொடர்ச்சியாக இல்லையே?"

இதற்கு பதில் நான் ஏற்கெனவே இந்த எழுத்தின் ஆரம்பத்திலேயே சொல்லிவிட்டதாக ஞாபகம். எண்ணங்கள் தோன்றுகையில் சிதர் சிதராக உதிர்கின்றது. புத்தி பின்னால் அவைகளைக் கோர்வைப்படுத்துகிறது.

சௌந்தர்யம் என்கிற பாவம் காலத்திற்கு அப்பாற்பட்டது. அழகை எப்படி, எப்போது, எதில் நுகர முடியும்? பக்குவத்தை அதன் தன்மையை வேளை கூறமுடியாது. ஏதோ ஒரு தினுசில் என் மனசு திறக்கிறது. அந்திமகாலத்தின் பேழை. உருவங்கள் முன்னும் பின்னுமாக ஒருசமயம் ஒளிகாட்டி, ஒருசமயம் இருள்காட்டி உள்ளேயே சுற்றிச் சுழன்று மறைகின்றன. நான் கண்டதைச் சொல்கிறேன். கண்ணன் எழுதுகிறான். அவரவர் விரும்பியதைக் கண்டு கொள்ளுங்கள். ஏற்கெனவே பண்டையோர் சொல்லிவிட்டுப் போய்விட்டார்கள். 'கண்டவர் விண்டிலர் விண்டவர் கண்டிலர்.'

இது லா.ச.ராவின் உத்தி என்று உங்களை ஏமாற்றப் போவதில்லை.

●

என்னிடம் என்ன தகுதி இருக்கிறதோ, எண்ணத்திலும் செயலிலும அழகென்று எது எனக்கு நேர்கிறதோ அதை உங்களிடம் செலுத்திவிட வேண்டும். நேரம்தான் எனக்கு இனி. இனி என்ன எப்பவுமே அதுதான் உண்மை. ஆனாலும் அதன் அவசரத்தை வயதின் பாட்டில் இப்போது உணர் கிறேன். எப்பவும் உடலும் மனமும் இணைந்து அல்ல. தோற்றத்துக்குத் தனியாகவே இயங்கிக் கொண்டிருக்கின்றன. நேரத்தில் அவ்வப்போது ஒரு முறுக்கேற்றம் தெரிகிறது. சந்தோஷம் காரணமாயிருக்கலாம். எதிர்மாறாகவும் இருக்கக் கூடும்.

அந்த நாள் என்று ஒரு தனி உவகை, உடல் தென்புடன் மனதின் ஊக்கமும் கலக்கையில் நினைவில் சம்பவங்கள் கோவையாயில்லா விடினும் தனி நக்ஷத்திரங்களாய் 'டால்' விடுகின்றன. அவைகளில் நான் முழுகி விடவில்லை. தனித்தனி 'மின்'கள் என்னைச் சுற்றித் திளைக்கின்றன.

உங்களிடம் செலுத்தித்தான் ஆகவேண்டுமா? என்னைச் சுற்றி அவை. அவை நடுவே நான் என்று இருந்துவிட்டுப் போகிறேனே!

அட அசடே, உன் நிலை மறந்துவிட்டதோ. எப்பவுமே உனக்காகத்தான் நீ இருக்கிறாய். நீ என்றும் தனி ஏது? எப்பவுமே எனக்காகத்தான் நான் இருக்கிறேன்! உன் சுடர் உனக்குக் கூசுகிறது. என் சுடர் எனக்குக் கூசுகிறது. நான் சொல்வதைத் திருப்பிச் சொல்கிறாயா? யாருமே வேறெதைச் செய்து கொண்டிருக்கிறார்கள்? திரும்பத் திரும்ப விளம்ப விளம்ப நம் மெருகு நமக்குக் கூடுவதை சில சமயங்களில் நாமே உணர்கிறோம்.

இன்று வைத்தி என்னைப் பாட அழைக்கிறான். பாடுவதற்கென்றே பட்டணத்திலிருந்து வந்திருக்கிறேன். நாளைக் காலை என் வயிற்றுப் பிழைப்புக்காக என் வேலைக்குப் போய் விடுவேன். மறுபடியும் எப்பவோ? எப்போ ஆனாலும் சரி. இப்போ ஆகாது. இது வேறே இப்போவாக இருக்கும். அதுவே ஏதோ துக்கமாக இல்லை! அன்று தெரியாவிட்டாலும் இன்று தெரிகிறது.

இங்கு, விட்டுப் போகும்போது, என் பாட்டின் நாத பிந்துக்களை விட்டுச் சென்றுவிடுவேன். இது கவிதையன்று. ஒரு தவிர்க்க முடியாதது. விஞ்ஞான உண்மை. அவை நான் இறந்த பின்னரும், நான் என்ன வைத்தி, விசாலி இறந்த பின்னரும் மீண்டும் தம் உச்சரிப்புக்கு காத்துக்கொண்டு மோனவெளியில் மிதந்துகொண்டிருக்கும் என்பதே ஒரு சோகமானாலும் எனக்கு அழிவில்லை என்று சந்தோஷமாகவும் இருக்கிறது.

இரவு வெளிச்சத்துடன் எண்ணத்து மந்தாரமும் கலந்து மந்திரம் புரிகிறது.

குடிசைக்கு வெளியில் மேடாக அமைந்த பாறாங்கல்லில் அமர்ந்து விட்டேன். அவர்களிருவரும் என் அருகே புற்றரையில் அமர்ந்தனர்.

முதல் 'தம்'மின் போதே குரல் நன்கு வாய்த்துக்கொண்டது அறிந்தேன்.

'அவுட்' அடித்துக்கொண்டு வானவெளியில் கலந்தது. வைத்திக்காகப் பாடினேனா? விசாலத்துக்காகவா? எனக்காகவேயா?

என்னிலிருந்து புறப்பட்ட ஜீவாதார ஸ்ருதியின் இயல்பில் என்னை ஒரு சாக்காகக் கொண்டு என்னிலிருந்து வெளிப்பட்டதா?

ஒரு செருக்கு வியாபித்துக் கொண்டது. நாதச் செருக்கு. என்னால் இன்று முடியாததில்லை. தங்கக் கழுகு, தன் பொன் சிறகுகளை விரித்துத் தன் தனிமையில், ஆகாயத்தில் நீந்துகிறது.

"ராமாமிர்தம்" "ராமாமிர்தம்" வைத்தியின் அவசரக் குரல் என்னை இவ்வுலகுக்கு இழுத்தது. விசாலத்தை வைத்தி தாங்கிக் கொண்டிருந்தான். விசாலம் நினைவிழந்திருந்தாள். அவளைத் தொடக் கை துடித்தது. ஆனால் அஞ்சிற்று. என்ன ஆச்சர்யம்! "மார்ல கை வெச்சுப்பாரு. துடிப்பு இருக்கா? ஆபத்துக்கு தப்பில்லே பாரு!"

முகத்தில் தண்ணீரைத் தெளித்துத் துடைத்தேன். கண் விழித்தாள். தன்னிலை தெரிந்து எழுந்தாள்.

என்ன ஆச்சு!

நீதான் சொல்லணும்.

"பச்சை இருட்டில் வண்டு கூவிகிட்டேயிருந்தது அதுதான் தெரிஞ்சது. அப்புறம் அதுவும் தெரியல்லே. என்னவோ நல்லாயிருந்தது. ஒரு அஞ்சு நிமிஷம் பொறுத்துக்கங்க. அப்பளம் பொரிக்கறேன்."

அன்றிரவு எனக்குச் சரியான தூக்கமில்லை. ஏதேதோ யோசனை.

நாதாந்தமோனம் என்று கேள்விப்பட்டிருக்கிறேன். அதற்குப்பின் ஆசைப்படவோ ப்ரயத்தனத்துக்கோ ஏதுமில்லையாம். ஆனால் மனம் கேள்வி கேட்டுக்கொண்டே இருக்கும். மோனானந்தத்துக்குப் பிறகு எதுவுமில்லையா? உயிர் எங்கிருந்து புறப்பட்டது? நாதத்திலேயா? மோனாந்ததிலேயா? மனம் என்று ஒன்று படைத்து – இல்லை அதுவே தன்னைப் படைத்துக் கொண்டதா? இல்லை. படைத்துக் கொண்டது என்று ஒன்றுமில்லை. தானே உண்டானது என்று எனக்கு அன்றே தோன்றிவிட்டது. அது ஒன்றே போதும். அதன் படுத்தலின் வடிகாலுக்கு ஸ்தூலம் ஒன்று வேண்டும். Let there be life! and there was life, and there is life and there will be life, and mind for ever.

"ராமாமிர்தம் உங்க பஸ்ஸுக்கு நேரமாச்சு."

அன்று ஆரம்பித்தது. பின்னர் எங்கள் மூவரின் சந்திப்பு முன்னளவுக்கு நேரவில்லை. நான் நல்ல வேலைக்கு மாறி அதில் ஸ்திரமானேன். பல மாதங்கள் கழித்து வைத்தி தன் அபூர்வமான கடிதங்களுள் ஒன்றில் தன்னை தர்ம கர்த்தாக்கள் ஐயன்பேட்டைக்கு அழைத்துக் கொண்டார்களாம். அவர்கள் ஏற்பாடு செய்துகொண்ட குருக்கள் சரிப்பட்டு வரவில்லையாம். “எப்படியும் உங்க மாதிரி வருமா?” இப்பொழுது தனிச் சம்பளத்துக்கு சம்மதித்து விட்டார்கள். அமாவாசை உண்டியலிலும் பங்கு உண்டு. அர்ச்சனை, அபிஷேகம், தர்ப்பண தக்ஷணை கொஞ்சம் கூடுதல், பிச்சைக்காரனுக்கும் சுக்ரதசை என்றால் புதையலா கிடைக்கும்? இரண்டு ரூபாய்க்கு பதில் அஞ்சு ரூபாய். அதுவே சந்தோஷம்தான். கிராமத்துக்கோயில் குருக்கள் பிழைப்பு இதுதான். அன்றாட பிழைப்புத்தான் உன்னை உடல் ஆரோக்யத்தில் மனச்சுறுசுறுப்பில், கிடைத்தது திருப்தியிலும் வைத்திருக்கிறது என்று படியளக்கும் தெய்வம் வைத்திருக்கிறது.

வாடா(த)வூரின் Fairy land தன்மை போச்சு. அந்தப் பக்கம் நாங்கள் யாரும் மீண்டும் போகவில்லை. வைத்திக்கு அவனுடைய முருகக்கடவுள் கிடைத்துவிட்டார். (அல்லது முருகக்கடவுளுக்கு வைத்தியா? என்னை முருகன் கைவிடமாட்டான். முருகனிடம் ஒரு தனி பக்தி இருக்கத்தானிருந்தது. வயிற்றுப்பிழைப்பின் உழைப்பும் அவசியம் தவிர விசாலம் அவனைப் போலவே நினைத்தாளோ? அவளுக்குத்தான் தெரியும். அவளுக்கே தெரியுமோ இல்லையோ? அவள் பங்குக்கு அதன் சிரமங்கள்தான் குருக்கள் சம்சாரம் சமாளிக்க வேண்டும் என்கிற கட்டாயம்தான் அவளை அமுத்திக் கொண்டிருக்கும் என்று நினைக்கிறேன். வேலையில் தவம் அதுதான். அதைப் பொருட்படுத்தினால் அதைச் செய்ய முடியாது என்பது அவள் சித்தாந்தம். என் தாயாரின் எண்ணமும் அப்படித்தான். என் தாயாரின் எண்ணம் ஒவ்வொன்றுக்கும் ஒரு பேரைக் கொடுத்துவிட்டால் அதற்குக் கைகால் எலும்பு முளைச்சுடும். ஐயோ இது இப்படியா என்று அங்கலாய்த்தாலே சோம்பேறித்தனம் தலை காட்டிவிடும். ஏழையாயிருப்பவர் எப்பவும் தயாராயிருப்பர். இப்படியெல்லாம் இன்றையப் பையன்களுக்காகட்டும் பெண்களுக்காகட்டும் புத்தி சொல்லிக் கொடுக்கற வயசா அல்லது அவர்தாம் கற்றுக் கொள்பவர்களா?

வாழ்க்கையின் முகமே மாறிப்போச்சு.

நடப்பதைப் பாருமைய்யா! நின்று நீங்கள் சொல்வதைக் கேட்பதற்கு எங்களுக்கு நேரமில்லை.

அவர்கள் சொல்லுவதும் சரிதானே?

மேகங்கள் வேகவேகமாய் சரசரக்கின்றன. காற்று அடித்து வீசுகிறது. ஆனால் ஒரு சொட்டு சாரல்கூட தூறாமல் ஏமாற்றுகிறது. நாட்கள் ஏமாற்றிக்கொண்டு கழிகின்றன.

பொட்டுப் பொட்டென மனிதர்கள் விழ ஆரம்பித்தனர். அவர்கள் உரிய வேளையில் வீழ்ந்தனர். எனினும் இந்த அளவுகூட இதுவரை சாய்ந்ததில்லை. ஆனால் சுருக்காக எனக்குப்பட்டது. அதுவரை மறைவுகள் எனக்குப் பழக்கமில்லை. ஆனால் சாவு எப்போதுதான் யாருக்குப் பழக்கமாகிறது.

முதலில் நொண்டி குருக்கள். வைத்தியின் அப்பா ஓரிரவு தூக்கத்தில் விடும் மூச்சே உயிர் பிரியுமுன் திண்டாடும் சுவாசமாக மாறிவிட்டதை என்ன சொல்ல?

ஐயன்பேட்டையிலிருந்து ஆள் வந்ததும் (அப்போ எல்லாம் ஆள் அனுப்புவதுதான் வழக்கம். கிராமத்தில் தந்தி அத்தனை பழக்கம் கிடையாது) நான் போகவில்லை. அதைப் பத்தித் தப்பா யாரும் நினைக்கவில்லை. அதுதான் அந்தக்காலக் கிராமம்.

அடுத்து பொதி குருக்கள். கைலாசநாதருக்கு அன்னாபிஷேகம் செய்தவர் வாட்டசாட்டமாயிருந்தவர். மூன்றே நாட்கள் ஜுரத்தில் ஆள் காலி.

பிறகு குள்ள குருக்கள். அறுபது வயது சாந்தி செய்து கொண்டு அவர் மேல் கொட்டின அறுபது குடம் தண்ணீரில் மாரில் சளிகட்டி...

நான் இவைகளுக்கெல்லாம் போகவில்லை. அதுபற்றி அவர்களெல்லாம் என்ன நினைத்துக் கொண்டார்களோ வெளியிட மாட்டார்கள். அதுதான் கிராமம்.

பிறகு என் தலையிலேயே இடி விழுந்தது. அண்ணா படுத்துக் கொண்டவர் தலை தலையணையில் ஒரு பக்கமாய் சாய்ந்தது. அத்துடன் சரி.

அத்துடன் எங்கள் குடும்பம் பெயர்ந்து, பட்டணத்திற்கு வந்ததுதான். அம்மா அவள் ஆயுசுக்கும் எது காரணம் பற்றியும் ஐயன்பேட்டை போகவில்லை.

என் கலியாணத்திற்கு வைத்தியும் விசாலமும் வந்தார்களோ ஞாபகமில்லை. வந்திருந்தாலும் அன்று மதியமே திரும்பியிருப்பார்கள்.

எப்போதேனும் அபூர்வமாக ஐயன்பேட்டைக்கு விஜயம் செய்வேன். திரும்புவது கஷ்டமாயிருந்தாலும் ரொம்ப நாழி ஐயன்பேட்டையை நினைக்க முடியாது.

என் எழுத்தில் முனைந்துவிட்டேன். உத்யோகம் வீட்டுக்குக் கடமையைச் செலுத்த. எழுத்து என் எழுச்சிக்கு வடிகால் தேட இனம் கண்டு கொண்டபிறகு என்னென்ன பரீக்ஷை செய்யலாம்?

திருவல்லிக்கேணி கடற்கரையோரமாய் எலியட்ஸ் பீச் வரை நடந்தே பாடிக்கொண்டே செல்வேன். எங்கோ படித்தேன். மாலி கடற்கரைக்குச் சென்று அலையின் ஸ்ருதிக்கு இணையாக புல்லாங்குழல் வாசிப்பாராம். அது அவருடைய சாதகம்.

பிர்க்காக்ககள் அனாயாசமாக உதிரும் கமகங்களின் வீச்சு ஆச்சர்யமாக இருக்கும். இதெல்லாம் எனக்குள் ஒளிந்து கொண்டிருந்தனவா? இந்திரன் விழிகள் என்னில் விழித்துக் கொண்டன. அவைகளின் பார்வையில் நான் இதுவரை காணாதவை கண்டவையிலேயே புதிது புதியதாய் முளைத்துக் கொண்டன. அவைகளை எப்படி என் எழுத்தில் கொண்டு வருவது. இது என் புது சாஹசம் ஆயிற்று.

சில சமயங்களில் சாதித்தேன் என்றுகூட உள்ளுணர்வில் உணர்ந்தேன். ஆரபி, ஆபேரி, விஜயநாகரி எல்லாம் அபூர்வம் தான். இப்பவும் என் எழுத்தில் இசையிருப்பதாக விமர் சகர்கள் நுட்பமாக த்வனியை உற்றுக் கேட்பவர் சொல் கிறார்கள். வேண்டுமென்று அதன்பின் ஓடவில்லை. பார்க்கப் போனால், எழுத்து, இசை, ஆன்மிகம், சிந்தனை இத்யாதி இணைந்த கலைகள்தானே! சௌந்தர்ய! எங்கு அழகு இல்லை? அனுதாபம் கண்டாலே அந்த இடத்தில் அழகு ஏற்கெனவே இருந்ததுதான் தன்னை வெளிப்படுத்திக் கொள்கிறது.

ஐயன்பேட்டை வாடாவூர் காஞ்சிபுரம் போகும் வழியில் பாழ்மண்டபம் எந்த நிமிடம் விழுந்துவிடுமோ என்று அத்தனை விரிசல். ஆனால் இன்னும் இருந்துகொண்டுதான் இருக்கிறேனே என்று பெருமிதம் காட்டுகிறதே! அந்த ஆச்சர்யம்தான் அதன் அழகு. இந்த அழகினால் பயன் என்? எந்த அழகினால் பயன் என்? ஆனால் ஒன்று. எண்ணத்தை ஊக்குவித்து, அதனால் உயிரையே ஊக்குவிக்கும் உயிர்ப்பு சக்தி எதற்கு உண்டெனினும் அதுவேதான் இந்த ஜனன மரணமிடைய ஒரு சாண் வாழ்க்கை. அதற்குள் ஆயிரம் சிந்தனை, ஆயிரம் கேள்விகள் என வாழ்க்கை இன்றும் நீடிக்கச் செய்கிறதே அதுவே அழகும் அழகின் பயனும்தான். வேறென்ன சொல்வேன்? செய்வேன்?

நான் எழுத்தில் முனைந்ததும் எண்ணங்கள் மேலும் மேலும் விசாலமாகி எழுத்து ஓரளவு சிந்தனை நிலையை அடைந்துவிட்டது. எங்கிருந்து வந்தோம் எங்கு போகிறோம். என்பது தெரியாவிடினும் இங்கு ஏன் வந்தோம் என்ற கேள்விக்கு பதிலாய் ஆயிரம் இதழ்களாய் விரிந்தது. ஆண்டவன் இருக்கிறாரா என்பது எப்பவுமே உள்ள குழப்பம். அந்தக் குழப்பத்திலிருந்து அழகான தோற்றங்கள் தோன்றித் தொடர்ந்தன. எங்கு எங்கு எப்படிப் பார்க்கிறேன் என்றே தெரியவில்லை. அதுவே ஒரு தனி இன்பமாயிற்று.

ஹைமாவதி காலை, மதியம், மாலை, இரவு என்று தனித்தனி வேளைகளில் தனித்தனியாக மாறுவதாகவே எனக்குப் பிரமை ஏற்படுகிறது. காலையில் எழுந்து படுக்கையைச் சுருட்டும்போதுகூட அவள் கூந்தல் அதிகம் பிரிகள் கலைவதில்லை. நேரம் முற்ற முற்ற கடுகடுப்பாகி விடுவாள். சாயங்காலம் தலைசீவி முடிந்து புடவை மாற்றினதும் தனிப்பொலிவு அடைந்துவிடுவாள். முகம், குரல் இவைகளில் லேசான கருணைகூட தெரியும். அதுவே அவளை இளமைப்படுத்துகிறது. இந்த ரஸாயனம் எப்படி நேருகிறது? தனி சுறுசுறுப்பு. அந்தஸ்த்து. இது அவள் இரவு படுக்கும் வரை நீடிக்கும்.

எப்போதேனும் நான் ஐயன்பேட்டை போகையில் விசாலம் வயதேறிக் கொண்டு இருக்கிறதேயொழிய அவள் தோற்றத்தில், சிவப்பில் மாற்றம் எனக்குத் தெரியவில்லை. அவள் தாடைப்பக்கம் சற்றுச் சுருக்கம் தெரிகிறது. அவ்வளவுதான். வைத்தி காத்திரமாயிருக்கிறான். பரம்பரைச் செவிடு அவனுக்கு விருத்தியாகிக் கொண்டிருக்கிறது. அதிகமாய் பேசாமல் தொண்டையும் கம்மிவிட்டது. லேசான கவலை வந்திருக்கிறது. சஷ்டி அப்தபூர்த்தி நடக்கவேண்டும். ஆனால் கையில் செயல் இல்லை. முருகன் எப்படி கண்திறக்கப் போகிறானோ? அவன் அதிகம் ஆசைப்படுகிறவன் இல்லை.

ஹைமாவதி – அவளுக்கு எப்படித் தெரிந்ததோ ஜாடையாக என்னிடம் தெரிவித்தாள். எனக்கு வாயிலிருந்து வார்த்தைகள் குதித்துவிட்டன. "அதற்கென்ன நாம் செய்துவிடுவோம். பட்டுப்புடவை எடுக்க முடியாவிட்டாலும் ஒரு நல்ல புடவை, அவனுக்கு ஒரு வேட்டி, அங்கவஸ்திரம், நம்மால் முடிந்தது ஒருகால் பவுனில் தாலி" ஹைமாவதிக்கு சம்மதமே நான், என்ன காரணமோ தெரியவில்லை, முகூர்த்தத்துக்குப் போக முடியவில்லை. என் மனைவி வெற்றிலைப் பாக்கு பழம், பருப்புத் தேங்காய்

சீருடன் சென்றாள். இரண்டாம் நாளே அவளை அவ்வளவு சுருக்க நான் எதிர்பார்க்க வில்லை. நான் என் அறையில் உட்கார்ந்து எழுதிக் கொண்டிருந்தேன். விசாலம் அறையுள் வந்தாள்.

"மாமியும் நீங்களும் சேர்ந்து நில்லுங்க."

எங்களை நமஸ்கரித்தாள். எப்படியும் இரண்டாம் திருமாங்கல்யத்திற்குத் தனிப்பொலிவு இருக்கத்தான் செய்கிறது. அதில் அவள் தன் மறுமலர்ச்சியில் முதிர்ச்சியின் அழகில் ஒளிர்ந்தாள். அப்பவும் வைத்தியால் வரமுடியவில்லை.

●

எனக்கு இனி அதிகம் நடமாட்டம் இல்லை.

●

ஒருசமயம் குற்றாலத்திற்குப் போயிருந்தேன். இது முதல் சமயம் அன்று. மூன்று நான்கு தடவை போயிருக்கிறேன். நான் போன கடைசி சமயத்தைக் குறிப்பிடுகிறேன்.

சமீபத்தில் குடும்பம் தென்காசிக்குச் சென்றிருந்தது. இரண்டாம் முறை சிங்கப்பூரிலிருந்து வந்ததும் சேகரின் ஐடியா. ஆழ்வார் குறிச்சியில்தான் அவன் படிப்பு, கல்லூரி படிப்பு முடிந்தது. அவனுடைய இளமைப்பருவமும் நான் உத்யோக ஓய்வு பெற்றதும் தென்காசியில்தானே?

"தனியாக உங்களை விட்டுவிட்டுப் போக முடியாது. அது, எங்கள் கூட உங்களை அழைத்துச் செல்வதைவிட Problem!"

என் இயலாமை ஒரு பக்கம் இருக்க, பொதுவாகவே ரயில் பிரயாணம் முன் மாதிரி இல்லை. கொடுமையாகிவிட்டது. குற்றாலத்தில் இப்போது ஸீஸன் டைமுமில்லை. ஆனால் தென்காசியில் தினப்படியே நெரிசல் தாங்கமுடியவில்லை. போகும் வழியெல்லாம் வெய்யிலின் தஹிப்பில் சென்னை தோற்றது.

முன்பெல்லாம் ஸ்ரீவில்லிபுத்தூரில் ரயிலை ஒருமணி நேரம் போட்டுவிடுவான். அங்கே இட்லியும் மெதுவடையும் பிரசித்தம். இட்டிலி சூடாய்க் கையில் துவளும். கூடவே ஏர்வான அந்தச் சட்னி.

இப்பவோ சிற்றுண்டி வேளை தாண்டி காலை பத்து மணிக்கு ஸ்டேஷனுக்கு வந்த கால்மணி நேரத்துக்கெல்லாம் வண்டி

புறப்பட்டுவிட்டது. இட்டிலியா அது? காய்ந்து கமறோடி, ஆறி சிலிர்த்துப் போன வரட்டி விள்ளல், ஐயோ அந்த சட்டினி ஹா! ஹா! காரம் நாக்குத் தொங்கிவிட்டது. ஆனால் இப்ப எங்குமே காரம்தான் ஆட்சி, இது வியாபார நிமித்தமாம். சட்னி சட்னியாகக் கட்டுப்படி ஆகவில்லையாம். ஆகவே சட்னியில் கருணையில்லை. எங்கும் எதிலும் வியாபாரம்தான். நான் உத்யோகம் பண்ணினபோதைய தென்காசி இல்லை இது. வந்துபோகும் ஜனத்தொகை (floating population) முன்னிலும் மிக்கக் கூடியிருக்கிறது. சீஸனில் மூன்று மாதங்களையொட்டி ஓட்டல்களுக்கு இணையாக தங்கும் விடுதிகளும், ஓட்டல்களும் இப்போது ஏகமாய் முளைத்துவிட்டன. கோயில் புனருந்தாரணுக்குப் பின் கூட்டம் எக்கச்சக்கம்.

அறை எடுத்த முதல் நாளே, உணவில் காரம் தாங்காமல் எனக்கு வயிற்றுப் போக்குக் கண்டு, காலும் கையும் ஓய்ந்துவிட்டன. அவை ஏற்கெனவே பலவீனம், விழுந்துவிடுமோ? மாலை கோயிலுக்கு இழுத்துச் செல்லப்பட்டேன். மெனக்கட்டுப் பழைய இடங்கள் பார்த்துப் பழைய நினைவுகளைப் புதுப்பித்துக் கொண்டு, கோயிலுக்குப் படியேறுமுன் – பக்கவாட்டில் கட்டியிருக்கும் யானைச் சவாரி பண்ணி கடைகண்ணி வேடிக்கை பார்க்க வந்தவர்கள் எனக்காக அதையெல்லாம் விட்டுவிட முடியுமா? நியாயமுமாகுமா? என்னைத் தனியாக அறையில் விட்டுச் செல்லவும் பயம். ஏதேனும் எனக்கு நேர்ந்து விட்டால் "ஒருவேளை சமாளியுங்கள் அப்பா!" காயத்ரி கண் துளும்பாத குறை. பட்டுப்புடவை கட்டிக்கொண்டு அம்மாவும் பெண்ணும் வந்திருக்கிறார்கள். இருவர் கொண்டையிலும் பூச்செண்டுகள் இளநீர்க்கனம். பையன்கள் ஆளுக்கொரு கேமராவுடன். ஸ்ரீகாந்த வீடியோ வேறே. கூட்டத்தில் அலையறான்கள்.

கோயில் வாசப்படியில் திவாகரிடம் சொன்னேன். "எனக்கு வேளை வரும்போது ஒருபக்கம் நீதான் தூக்கணும்."

"நீங்கள் சொன்னாலும் சொல்லாவிட்டாலும் கண்டிப் பாய்த் தூக்குவேன்."

ஏன் அப்படிக் கேட்டேன்? வாழ்வில் அலுப்பு. கூடவே ஏதோ பீதி. இதுபோல வெளியே சொல்ல முடியாமல், உள்ளுக்கும் விழுங்க முடியாமல் பற்கடிப்பு நேரங்கள் இனி எத்தனையோ?

ஆனால் மறுநாள் காலை இத்தனை வேதனைகளையும், நடராஜன், தீக்ஷிதருடனான சந்திப்பு ஈடுபண்ணி விட்டது. வங்கி

உத்யோகத்திலிருந்து தென்காசியில் நான் ஓய்வுபெற்று இருபத்தி நான்கு வருடங்களுக்குப் பின் இப்பத்தான் ஹும்!

ஆனால் நடராஜனும் ஓய்ந்து போய்விட்டார் (டி.கே.சி.யின் பேரன்) இந்த அளவுக்கு ஓய்ந்து போகும் வயதல்ல. கண்கள் லேசாய்க் குழிந்து, மூக்கு நீண்டுவிட்டது. காலத்துக்கே பழிவாங்கும் தன்மை இருக்கிறது. முற்பகல் செய்யின் பிற்பகல் விளையும் என்பது எப்பவுமே பொருந்தும் என்பதில்லை. முற்பகல் செய்திருக்கவேண்டாம். காலத்தைப் பொறுத்தவரை வாழ்வதே வினைதான். காலமென்று இருக்கிறதோ? இந்தக் கேள்வி, வேறு கேள்விகள், வேறு சர்ச்சைக்கு இழுத்துச் சென்றுவிடும்.

தோன்று, மலர், வாழ், வதங்கு, விழு– இந்த நியதிக்குத் தான் காலம் என்றும் வினை என்றும் பெயர் வைத்து, அதன்மேல் பழியையும் கூட்டிவிட்டோம். மனிதன் எதற்குமே பொறுப்பேற்க விரும்புவதில்லை. காலம் தோன்றியதே இப்படித்தானோ, வரலாற்றின் மறுபெயர்தானே காலம்! அதன் இரக்கமற்ற தீவிர நடை! Time marcheson.

முதன் முதலாக நாங்கள் சந்தித்துக் கொண்டபோது மனுஷன் எப்படியிருந்தான்? இருக்கையினின்று எழுந்து நின்று இரண்டடி முன்வந்து இரு கைகளையும் கூப்பிக்கொண்டு தலைவணங்கி ‘நமஸ்காரம்.’

அங்க அசைவுகளில் ஒரு அமைதி, மௌனம், முகத்தின் செதுக்கல் எல்லாம் சிறப்பவாகு. அந்த குடும்பத்தினருக்கே ஒரு மேன்மக்கள் பண்பு, பேச்சிலும், செயலிலும் உண்டு; அதை விரல் வைத்துக் காட்ட முடியாது.

இத்தனை நான் கழித்து சந்தித்ததன் விசாரிப்புகளும் (யார் இருக்கிறார்கள் யார் காலமானார்கள் சேர்த்து) ஒருவாறு கட்டுப்பாட்டுக்கு வந்தபின் தீக்ஷதர் மெதுவான, அளந்த குரலில் ஏதோ ஆரம்பித்தார்.

“நான் குற்றாலத்தில் காப்பிக்கடை வைத்திருந்தபோது நடராஜன் உங்களை அழைத்து வந்தான். நம் முதல் சந்திப்பு அப்பத்தான். ஆனால் உங்கள் எழுத்து மூலம் உங்களை ஏற்கெனவே அறிவோம். தவிர உங்கள் ஆபீஸ் ஸீதாராமய்யர் எனக்கு பந்து. உங்களைப் பற்றி நிறைய சொல்லியிருக்கிறார். அன்று அமாவாசை, தர்ப்பணத்தை நீங்கள் அருவியில் பண்ணினீர்கள்.”

ஒன்றைத் தொட்டு ஒன்று ஞாபகம் வருகிறது. அன்று நான் உங்களுக்கு அமாவாசை அதிதி. மாமி கீரையை அப்படி அற்புதமாக மசித்திருந்தாள்.”

"அது கிடக்கட்டும்."

"காப்பிக்கடை என்றீர்கள். கடையும் அதுதான். நீங்கள் குடித்தனம் பண்ணின இடமும் அதுதான். மூன்று பசங்கள். படிக்கும் பசங்கள். பத்துக்கெட்டு இருக்குமா?"

"அருவியை நம்பிப் பிழைப்பவர் எல்லார் பாடும் அப்படித்தான். அது ஒரு காலம். அதுவும் சரியாய்த்தானிருந்தது. இப்ப வீடும் வாசலும் கையில் ரொக்கத்தோடும் இல்லையா? பையன்கள் தலையெடுத்து விட்டார்கள். குடியும் குடித்தனமுமாய் அவனவனிடத்தில் சௌக்யமாயிருக்கிறான்கள். பிரியமாயிருக்கிறான்கள். நல்லது பொல்லாது சம்பவங்களுக்குக் கூடுவோம். இதற்கு மேல் என்ன வேணுமா? சரி அது கிடக்கட்டும். நீங்கள் முதன் முதலில் அருவியைப் பார்த்ததை இன்னமும் எங்கள் மனசை விட்டே அகலாத காக்ஷியாகப் பண்ணிவிட்டீர்கள்."

குழப்பத்தில் என் புருவங்கள் உயர்ந்தன.

"உங்கள் முகம் குங்குமமா செவந்து போச்சு. கண்களில் அருவி பெருகுகிறது. ரெண்டு கைகளையும் அருவியை நோக்கி விரிச்சுண்டு அம்பாளின் கூந்தல் எப்படிப் புரள்றது பாருங்கள்!" என்றீர்கள்.

மார்பில் இரண்டு இடி. உடனேயே அடுத்து விலாப்புறம் ஒண்ணு. attack? அன்று வலிக்கவில்லை. ஆனால் நான் ஆடிப்போனேன். பரவசம். தீக்ஷதரின் குரல் எங்கோ தூ...ர...த்...தி...ல்.

இப்பவே இப்படியே நான்.

மரணத்தைச் சந்தோஷத்துடன் வரவேற்கும் சமயங்களும் உளவோ?

என்னுள் கடல் பொங்கியது. பொங்குமாங்கடல், அவள் முகம் தெரியவில்லை. முகங்காட்டாள். காட்டுவதற்கில்லை. கண்டவர்க்கு உலகம் உறைந்துபோம். நம் பக்கத்துக்கு முதுகுகாட்டி அதுவும் அதன் மேல் அடவியாய் அடர்ந்த கூந்தலில் மறைந்துபோய் (அருவியெனும் கூந்தல், கூந்தலெனும் அருவி) கவலை, வெட்கம், லஜ்ஜை எதுவுமில்லாது நிஷ்களங்கத்தின் ஆனந்தத்தில் புவனத்தின் ஆதிமகள் திளைத்துக் கொண்டிருக்கிறாள். கண்டவர் விண்டிலர்.

ஆகவே நினைவின் ஊடுருவல் இருபத்தி ஆறு வருடங்களுக்கு முன் ஒரு அமாவாசையின் அருவியைக் காட்டினாலும் அது காலத்துக்குக் கட்டுப்பட்டது அன்று.

லா.ச.ராமாமிர்தம்

It is the eternal fountain of life. அதில் குளிக்கும் நித்ய யௌவ்வனி. அருவி அவளின் யௌவனத்தால் புதுப்பிக்கப்படுகிறதா? அல்லது அவள் அருவியில் தன்னைப் புதுப்பித்துக் கொள்கிறாளா? இந்தக் கேள்வியின் வசியம் மனம் தன்னை இழந்து காலத்துக்கும் அதில் திளைத்துக் கொண்டிருக்க முடியும் ஆசை என்னுடையது. ஆனால் அருள் அருளுடையது. ஒவ்வொரு நொடியும் அவளுடையது என்று அறியும் நேரம் இது.

நடராஜன் குரல் எங்கிருந்தோ வருகிறது. "நாங்கள் இங்கேயே பிறந்து வளர்ந்து வாழ்ந்து அருவியில் பரம்பரையாக ஸ்நானம் செய்திட்டிருக்கோம். ஆனால் எங்களுக்கு இப்படித் தோணலியே!"

ஒன்றையொன்று தொட்டுத்தான் எண்ணங்கள் தொடர்கின்றன. அவ்வப்போது அவை வண்ணம் மாறிக்கொண்டு இருக்கின்றன. இந்த ஓயாத இயக்கமே இவ்வுலகம். பார்க்கப்புகின் நாமே எண்ணங்கள்தாம். எண்ணத்தின் விளைவுகள். எண்ணங்களின் ஸ்தூலங்கள். எண்ணம் ஸ்தூலத்துக்குக் காத்துக் கொண்டிருக்கிறது. அதன் வேளை வரும்வரை etherல் நீந்திக் கொண்டிருக்கிறது.

தெய்வம் இருக்கிறதா? இல்லையா? இந்தக் கேள்வியில் அவஸ்தைபட்டுக் கொண்டிருப்பானேன்? உன் எண்ணம் கொண்டிருப்பவளை நம்பேன். உன் எண்ணம் அது. உன் உருவம் தோன்றிவிட்டது. அதை என்ன செய்யப்போகிறாய்? உன்னால் அதை அழிக்க முடியுமா? அவள் ஜனனி.

நடராஜனும் தீக்ஷிதரும் எங்கள் சாப்பாட்டுக்கு ஏற்பாடு பண்ண சமையல்கட்டுக்குப் போனபோது ஹைமாவதி என்னிடம் வந்தாள். அவள் கண்களில் நான் கண்டது லேசான சஞ்சலமா?

"தீக்ஷிதர் அப்படிச் சொன்னப்போ எனக்கு என்னமோ மாதிரி ஆயுடுத்து" என்றாள்.

என்னைப் பாராட்டுகிறாளா? அல்லது அவளுக்குக் கிடைத்த அனுபவம் அந்த மட்டிலா?

தென்காசிக்கு வந்தது வீணாகவில்லை.

தீக்ஷிதரே உங்களுக்கு அஞ்சலி.

●

சிந்தனைகள் சமயத்துக்கு ஏற்றவாறு கவிகின்றன. மலர்கின்றன. ஆழ்த்துகின்றன. பரவசப்படுத்துகின்றன. அழகுகளைச் சிலிர்த்துகின்றன. அவை என்றுகூட அறியோம். ஆனால் அதிர்ச்சி தாங்கமுடியவில்லை. எனக்கு அடிக்கடி வயதின் காரணமோ என்னமோ இப்போதெல்லாம் தோன்றுகிறது. எல்லோரும் நன்றாயிருக்கிறார்கள். எனக்கு எந்தக் குறையும் இல்லை. என் நினைவில், என் பங்கு சேரவேண்டியது எல்லாம் சேர்ந்துவிட்டது. நான் நிறைவடைந்து விட்டேன். இப்போதே போய்விட்டால் மரணம் முக்தியே! இதைவிட ஆசீர்வாதம் என்ன வேண்டும்?

●

இந்த மகோன்னத கோலத்தில் விசாலம் எப்படி என் நாவல் 'அபிதா என்னும் மூலக்கருவானாள்? எந்த மூலக்கருவும் தீராத வியப்புத்தான். நாவலுக்கு நான் எழுதிய முகவுரையின் மூன்று வரிகள்.'

அம்பாளின் பல நாமங்களில் அபிதகுசாம்பாளுக்கு நேர்த்தமிழ் உண்ணாமுலையம்மன். இட்டு அழைக்கும் வழக்கில் பெயர், அபிதா வாய்க் குறுகியபின், அபிதா – உண்ணா இந்தப் பதம் தரும் பொருளின் விஸ்தரிப்பில், கற்பனையின் உரிமையில், அபிதா – ஸ்பரிசிக்காத, ஸ்பரிசிக்க இயலாத என்கிற அர்த்தத்தை நானே வரவழைத்துக்கொண்டேன்.

நாங்கள் தற்செயலாகக்கூட ஒருவரை ஒருவர் தொட்டுக் கொண்டதில்லை. தொட முயற்சித்ததுமில்லை. அபிதாதான் விசாலமா? விசாலம் அபிதாவா? இது வீட்டுக்குள்ளும் குறுகிய நண்பர் வட்டாரத்திலும் எல்லாருக்கும் தெரிந்த ரகசியம். அபிதா என்னும் நாவலின் சாராம்ஸமும், நடையின் செழிப்பும் என் பாணியின் உச்சக் கட்டமாய் அமைந்து இன்னும் பேசப்படுகிறது. அது எவ்வாறு வைத்திக்கும் விசாலத்திற்கும் பட்டிருக்கும்? அதுவும் அவரவருக்குத் தோன்றிய விஷயம். விசாலாட்சி ஒன்று சொன்னாள். "குருக்கள் ஜாதி வாழ்க்கையை அப்படியே படம் புடிச்சிருக்கீங்களே!"

அபிதா, விசாலி, விசாலம், வைசாலி எல்லாம் ஒரே நாமம்தான்.

●

நாளை பொறுத்து தீவாளி. சேகர் இரண்டு நாட்களுக்கு முன்னாலேயே வந்தாச்சு. கண்ணன் இன்று காலை வந்து இறங்கி இன்னும் இரண்டு மணிநேரம் கூட ஆகவில்லை. மூத்தவன் நாளை வந்தாலும் வரலாம். அவனைப்பற்றி நிச்சயம் சொல்லமுடியாது.

லா.ச.ராமாமிர்தம் | 75

பெண்ணரசி இன்று பிற்பகல் மூன்று மணிக்குத்தான் வருவாள். இன்னும் முன்னாலேயே வருவதற்கு அவளுக்கு இஷ்டம்தான். எங்களுக்கும்தான். ஆனால் அவள் மகள் ‘ கோட்டி’யை யார், எப்படி சமாளிப்பது? அப்படி ஒரு விஷயம். இன்றுதான் ஹைமாவதி பக்ஷணக்கடை ஆரம்பிப்பதாக இருக்கிறாள். எண்ணெய்க்கடாயில் ‘கோட்டி’ கையை வைத்துவிட்டால்? நினைத்தாலே உடல் குலுங்குகிறது. அவன் ராக்ஷசன் என்ன வேணுமானாலும் செய்வான். ஆம்பிலேறித் தோம்பில் குதித்து, காஸ் சிலிண்டர் ரெகுலேட்டர் No, No, No...

நானும் ஹைமாவதியும் கூடத்தில் கட்டிலில் உட்கார்ந் திருக்கிறோம். அவள் பாடு ஜகா வாங்கும். ஆனாலும் ஏதேனும் காரணமாகக் குடும்பம் கூடுகிறதென்றால் தனி சந்தோஷம்தான். இதுமாதிரி ஒவ்வொரு தீபாவளியும் நேருகிறதா? இந்தத் தடவை என் பிறந்தநாள். அடுத்த இரண்டாம் நாள் தீபாவளி.

வரட்டும், வரட்டும், எல்லோரும் வரட்டும். இந்தக் கூடம் இன்னும் எட்டுபேர் வந்தாலும் தாங்கும். முன்னாலிருந்த வீடு போலில்லை. அங்கு விருந்தாளி, ஏன் என் மகனே வந்தால் கூட ஐயோ ஏன் என்று தோன்றும். எதிருக்கெதிர் முகம் இடித்துக்கொண்டு. ஆனால் இங்கு இடம், பொழுது, சந்தர்ப்பம் எல்லாம் சரியாய்த்தானே அமைந்திருக்கிறது! அடுத்த தடவை எனக்கு எப்படியோ?

கண்ணன் என் எண்ணத்தையே படிப்பதைப்போல் “அப்பா, அன்று அன்று வாழ்கிறோமா பாருங்கள். அப்பா நமக்கென்ன குறைச்சல்? உங்களுக்குத்தான் என்ன குறைச்சல்?”

ஷோபா சொன்னாள்: “அப்பா, எங்களுக்குத் தீபாவளி முக்கியமில்லை. அக்டோபர் 30 தான் முக்கியம். இந்தத் தடவை அத்துடன் தீபாவளியும் சேர்ந்திருக்கிறது. அவ்வளவு தான். நானும் அவரும் அஞ்சு நாள் loss of pay. பாப்புவுக்கு அஞ்சுநாள் கிளாஸ் போச்சு. பாடங்களை ஓடிப்பிடிச்சுடுவாள். அது பத்திக் கவலை இல்லை. எல்லாம் தெரிஞ்சுதான் செய்யறோம். We are also happy.” இல்லை முருகன் கோயிலில் அபிஷேகத்துக்கு ஏற்பாடு செய்திருக்கிறோம். நீங்கள் வந்து அங்கு கால்வலிக்க நின்று கொண்டிருக்க வேண்டாம். ஆட்டோவில் தீபாராதனை சமயத்துக்கு.

“யாரப்பா?” ஹைமாவதி எழுந்து வாசலுக்குச் சென்றாள். வேற்றுக்குரல் கேட்டுக் கண்ணலும் சென்றான். எனக்குக் காது டமாரம். சேகரின் குரலும் கேட்கிறது. அவன் எப்போ போனான்?

அவள் உள்ளே வந்து மறுபடியும் கட்டிலில் உட்கார்ந்தாள். கண்ணனும் சேகரும் உள்ளே வரவில்லை. வெளியே நின்றபடி 'திசுமுசு'

"என்ன ரகளை?" என்றேன்.

"எல்லாம் உங்களைப்பத்தித்தான்."

"இப்போ நான் என்ன செஞ்சேன்?"

"தந்தி"

"தந்தியா?"

"தந்திதான் விசாலாட்சி வைத்தி குருக்கள் ஆம்படை.."

"என்னது? ஹா"

என்னை அறியாமல் கை என் மாரைப் பிடித்துக்கொண்டது.

"அதுக்குத்தான் சொன்னேன்"– ஹைமாவதி என் தோளைப் பிடித்தாள். "இதுமாதிரி உங்க உடம்பை ஏதேனும் பண்ணிப்பேளேன்னு. நல்ல நாளும் கிழமையுமதுவுமாய். அவளைப்பத்தித் தனி புஸ்தகமே எழுதிட்டேள். அதுக்கும் மேல் நீங்க என்ன செய்ய முடியும்? அவளும் பழுத்த சுமங்கலியாய்ப் போனாள். அதுக்கும் மேல் அவளும் தான் என்ன செய்ய முடியும்?"

நான் எழுந்து சற்று நின்றேன். இப்போதெல்லாம் காலுக்கு உடனே தீர்மானம் கிடையாது. மெல்ல நடந்து என் அறைக்குச் சென்று கட்டிலில் அமர்ந்துவிட்டேன். உடம்பு உள்ளுக்கும் உள்ளே உதறிற்று.

சேகர் உள்ளே வந்து நாற்காலியில் என் எதிரே அமர்ந் தான். அவன் பக்கலில் கண்ணன் மார்மேல் கைகளைக் கட்டிக்கொண்டு நின்றான்.

"அப்பா" சேகரின் குரல் மெதுவாய், ம்ருதுவாய் என் மேல் ஒற்றிற்று. சேகர் சுபாவமே ம்ருதுவான குரல். அவன் தன்மையை ஒத்து.

"அப்பா உங்கள் கஷ்டம் எங்களுக்குப் புரிகிறது. உங்கள் துக்கம் இரண்டு பங்கு. ஒண்ணு, அபிதாவை இழந்தீர்கள்; இன்னொண்ணு பழகிய பங்கு இருக்கில்லையா? இது இரண்டையும் தவிர உங்களுடைய personal tragedy ஒண்ணு இருக்கே! நான் என்ன சொல்ல வரேன்னு உங்களுக்குத் தெரியாததா? Person to person.

அதை யாரும் ஒண்ணும் செய்ய முடியாது. உங்கள் tragedy-ஐ நீங்கள்தான் சந்திக்கணும். சமாளிக்கணும். அதில் புகுவதற்கு எங்களுக்குத் தகுதியில்லை. அது அவனவன் காடு, அவனே திசை தப்பிவிடும் காடு, ஆனால் அப்பா நீங்கள் எங்களுக்கு வேணும்."

கண்ணன், "என்னால் முடிந்தது. உங்களுக்கு பதிலாக, ஐயன்பேட்டை போய் வருகிறேன். இன்னி சாயந்தரமே திரும்பி விடலாம்."

கண்ணன் சொன்ன கையுடன் கிளம்பிப் போய்விட்டான்.

அவள் கையில் டம்பளருடன் வந்தாள்.

சூடா ஒரு வாய் குடிங்கோ. புதுசாய்ப் போட்டேன்.

இரண்டு மருமகமாரும் சற்று எட்ட நின்று என்னைப் பார்த்துக் கொண்டிருந்தனர். அவர்களால் என்ன செய்ய முடியும்? விசாலாட்சியை அறிவாரா? அபிதாவை அறிவாரா?

●

இத்துடன் விசாலத்தின் கதை முடிந்தது என்று நான் எப்படிச் சொல்வேன்? அபிதா என்னும் நாமத்தில் அவள் புத்துரு கொள்கிறாள். "சௌந்தர்யா"வின் ஒரு சர்க்கம் ஆகிவிட்டாள்.

விசாலாட்சியின் நினைவாஞ்சலியில் அவள் மட்டுமில்லை. ஒரு காண்டமே வருகிறது. ஐயம்பேட்டை, வாடாதவூர் இவை வெறும் கனவு இல்லை. அது வேறுவிதமான நினைவுதான். அப்பாவிக் காலம், அப்பாவி பூமி, அப்பாவி மனிதர்கள். ஏழ்மையிலும், திருப்தியும் சுயகௌரவமும் கொண்டவர்கள். அபிதா ஒவ்வொரு செவ்வாய்க் கிழமையன்று காஞ்சிபுரம் சென்று சேகரித்த கொசிர் மல்லிகையிலிருந்து தொடுத்த ஒரு முழம் சரம் உங்களுக்கு இன்னும் மணத்துக்கொண்டே இருந்தால் அது சௌந்தர்யத்தின் நித்ய வாசனை. எனக்கும் உங்களுக்கும் பின்னரும் தொடர்ந்து மணம் வீசிக் கொண்டிருக்கும்.

கிருஸ்துவ வேதப்படி ஆதாமுக்கும் ஏவாளுக்கும் பிறந்தவர்கள் முதல் பாவத்தின் குழந்தைகள். ஆண்டவனின் கோபத்துக்கும் ஆளானவர்கள். அவர்களின் தந்தை சொல்கிறார்.

I AM A VENGEFUL GOD.

ஆனால் நாம் எல்லாரும் சகல ஜீவராசிகளும் அகிலாண்டேஸ்வரி, ராஜராஜேஸ்வரி. ஜகன்மாதா, கருணாகரி, சௌந்தர்ய

ரூபிணியின் குழந்தைகள். சௌந்தர்யம் நம்மிலும் நம்மைச் சூழ்ந்து இயங்காமல் எப்படி இருக்க முடியும். சிறு நுரை ஆயினும் நாம் அவளுடைய லஹரிகள்.

சௌந்தர்ய....

டிஸ்கவரி புக் பேலஸின் வெளியீடுகள் சில...

1. புயலிலே ஒரு தோணி (ப.சிங்காரம்) — ரூ 230
2. தஞ்சை ப்ரகாஷ் சிறுகதைகள் — ரூ 400
3. மீனின் சிறகுகள் (தஞ்சை ப்ரகாஷ்) — ரூ 250
4. குற்றப்பரம்பரை (வேல ராமமூர்த்தி) — ரூ 400
5. பட்டத்து யானை (வேல ராமமூர்த்தி) — ரூ 300
6. லாக்கப் (மு.சந்திரக்குமார்) — ரூ 120
7. லா.ச.ரா. தேர்ந்தெடுத்த சிறுகதைகள் — ரூ 330
8. அபிதா (லா.ச.ரா) — ரூ 80
9. புத்ர (லா.ச.ரா) — ரூ 100
10. பாற்கடல் (லா.ச.ரா) — ரூ 180
11. சிந்தாநதி (லா.ச.ரா) — ரூ 180
12. 100 சிறந்த சிறுகதைகள் (தொகுப்பு எஸ்.ராமகிருஷ்ணன்) — ரூ 800
13. கெடைக்காடு (ஏக்நாத்) — ரூ 170
14. ஆங்காரம் (ஏக்நாத்) — ரூ 200
15. உப்பு நாய்கள் (லஷ்மி சரவணக்குமார்) — ரூ 220
16. நீலப்படம் (லஷ்மி சரவணக்குமார்) — ரூ 200
17. மற்றும் சிலர் (சுப்ரபாரதிமணியன்) — ரூ 180
18. லாக்கப் (மு.சந்திரக்குமார்) — ரூ 120
19. தாய்வீடு கவிதைகள் (ராஜசுந்தரராஜன்) — ரூ 170

21. நீலநாயின் கண்கள் (சிறுகதைகள்) - அசதா .. ரூ.120
22. ஹைதராபாத் கவிதை விழா (பயணக்கட்டுரை) - அஜயன்பாலா ... ரூ.50
23. நட்பின் இலக்கணம் நா. முத்துக்குமார் - அஜயன்பாலா .. ரூ.100
24. தியான யாத்திரை (பயணக் கட்டுரை) அஜயன்பாலா .. ரூ.70
25. தற்கால சிறந்த கவிதைகள் விக்கிரமாதித்யன் .. ரூ.70
26. ஆண்குறி மையப் புனைவை சிதைத்த பிரதிகள் - குட்டிரேவதி .. ரூ.130
27. சுமார் எழுத்தாளனும் சூப்பர் ஸ்டாரும் - அஜயன்பாலா .. ரூ.120
28. மனிதம் அதன் பெயர் ராம்பால் - தொகுப்பு: ஷீபா ராம்பால் .. ரூ. 100

சினிமா

29. தமிழ் சினிமா வரலாறு (1916 - 1947) அஜயன்பாலா .. ரூ.600
30. உலக சினிமா வரலாறு (பாகம் - 1) அஜயன்பாலா .. ரூ.160
31. உலக சினிமா வரலாறு (பாகம் - 2) அஜயன்பாலா .. ரூ.260
32. உலக சினிமா வரலாறு (பாகம் - 3) அஜயன்பாலா .. ரூ.300
33. எப்படி ஜெயித்தேன் - எம்.ஜி.ஆர் .. ரூ.70
34. காட்ஃபாதர் (திரைக்கதை மொழிபெயர்ப்பு) - ராஜ்மோகன் .. ரூ.200
35. உலகக் குறும்படங்கள் - ஜேம்ஸ்அ பிலாஷ்.. ரூ.100
36. சிறுவர் சினிமா - அஜயன்பாலா .. ரூ.50
37. ரிதுபர்னோகோஷ் - ராஜ்மோகன் .. ரூ.100
38. அழியாத கோலங்கள் - 2 (திரைக்கதை) - எம்.ஆர்.பாரதி .. ரூ.100
39. 12 ஆங்க்ரி மேன் (திரைக்கதை) - கருணாநிதி சண்முகம் .. (அச்சில்)
40. பை சைக்கிள் தீவ்ஸ் (திரைக்கதை) - அஜயன்பாலா .. ரூ.120
41. பேட்டில் ஆப் அல்ஜியர்ஸ் (திரைக்கதை) - அஜயன்பாலா .. ரூ.120
42. மார்லன் பிராண்டோ (சுய சரிதம்) - அஜயன்பாலா .. ரூ.250

நாதன் பதிப்பகம், 16/10 பாஸ்கர் தெரு,
நேரு நகர், தசரதபுரம், சாலிகிராமம்,
சென்னை 600 093
தொடர்புக்கு: 98840 60274
email: nathanbooks03@gmail.com

நாதன் பதிப்பக வெளியீடுகள்

மொழி & பண்பாடு

1. செம்மொழிசிற்பிகள் தமிழ் அறிஞர்கள் வாழ்க்கை வரலாறு அஜயன்பாலா .. ரூ.1200
2. தமிழிசை வரலாறு நா. மம்மது .. ரூ.120
3. என்றும் தமிழிசை - நா.மம்மது .. ரூ.120

நாயகன் வரிசை (வாழ்க்கை வரலாறு)

4. சேகுவேரா - அஜயன்பாலா .. ரூ.100
5. பெரியார் - அஜயன்பாலா .. ரூ.100
6. அம்பேத்கர் - அஜயன்பாலா .. ரூ.100
7. நெல்சன் மண்டேலா - அஜயன்பாலா .. ரூ.100
8. சார்லி சாப்ளின் - அஜயன்பாலா .. ரூ.100
9. நேதாஜி சுபாஷ்சந்திர போஸ் - அஜயன்பாலா .. ரூ.100
10. கார்ல் மார்க்ஸ் - அஜயன்பாலா .. ரூ.100
11. மார்டின் லூதர் கிங் - அஜயன்பாலா .. ரூ.100
12. அன்னை தெரசா - அஜயன்பாலா .. ரூ.100
13. வான்கோ - அஜயன்பாலா .. ரூ.100

சிறுகதைகள்

14. நுகம் - அ. எக்பர்ட் சச்சிதானந்தம் .. ரூ.200
15. ராஜாவேசம் சரசுராம் .. ரூ.120
16. அமரர் சுஜாதா தமிழ்மகன் .. ரூ.120
17. புதுமைப்பித்தன் கதைகள் புதுமைப்பித்தன் .. ரூ.130
18. சாயங்காலம் ராஜன் அரவிந்தன் .. ரூ.100
19. கூட்ஸ்வ ண்டியின்கடைசிப்பெட்டி - அஜயன்பாலா.. ரூ.150

மொழிபெயர்ப்பு

20. மணிக்குடுவை - சில்வியாப்ளாத் (நாவல்) - தமிழில்: ஜி.விஜயபத்மா .. ரூ.300

ஏற்கெனவே தான் அறிவித்திருந்தது போல, ‘இறக்கும்போது ஒருக்காலும் இந்துவாக இறக்க மாட்டேன்’ என்ற கொள்கையுடன் நாகபுரியில் பிரமாண்ட மாநாடு ஒன்றைக் கூட்டினார். 10 லட்சம் பேர் கூடியிருந்த அந்த மாநாட்டில் அம்பேத்கர், புத்த மதத்தில் சேர்வதற்கான அனைத்துச் சடங்குகளையும் நிகழ்த்தினார். மாநாட்டுக்கு வந்திருந்த அத்தனை பேரும் புத்த மதத்துக்கு மாறினர். இது நிகழ்ந்து ஏறக்குறைய 50 நாட்கள் இருக்கும்.

டிசம்பர்—6... டெல்லியில் அலிப்பூர் சாலையில் இருந்த வீட்டில், ஒப்பாரும் மிக்காரும் இல்லாத இந்தியாவின் அந்த மகத்தான மேதையும் தாழ்த்தப்பட்ட மக்களின் விடிவெள்ளியுமான அம்பேத்கருக்கு இயற்கை முடிவுரை எழுதியது. அன்று இரவே, பம்பாய்க்கு விமானம் மூலம் கொண்டுவரப்பட்டது அம்பேத்கரின் உடல். மறுநாள் மாலையில் கண்ணீருடன் அணி திரண்ட லட்சக்கணக்கான தொண்டர்களின் மத்தியில் அந்நகரம் அதுவரை காணாத அளவுக்குத் தன் இறுதிப் பயணத்தை மேற்கொண்டார் அம்பேத்கர்.

காஷ்மீர் முதல் கன்னியாகுமரி வரை இந்தியாவின் 6 லட்சம் கிராமங்களிலும் இன்று நின்றிருக்கும் அவரது சிலைகளின் சாதனை, உலகில் வேறு எந்தத் தலைவருக்கும் இல்லாத பெருமைகளில் ஒன்று. ஆனால், எண்ணிக்கையில் 6 லட்சமாக இருந்தாலும் அவை இரண்டாகப் பிளவுண்டு 12 லட்சம் கிராமங்களாகவே இந்தியா இன்றும் காணப்படுவதுதான் மிக மோசமான வேதனை!

●